19.டி.எம். சாரோனிலிருந்து

பவாசெல்லதுரை

19. டி.எம். சாரோனிலிருந்து
வாழ்வியல் கட்டுரைகள்
பவாசெல்லதுரை

© ஆசிரியருக்கே

முதற்பதிப்பு : டிசம்பர் 2010
ஏழாம்பதிப்பு : டிசம்பர் 2019
எட்டவாது பதிப்பு : 2022

அட்டை வடிவமைப்பு :
அபுல் கலாம் ஆசாத்

புத்தக வடிவமைப்பு :
மோகனா

வெளியீடு :
வம்சி புக்ஸ்,
19. டி.எம். சாரோன், திருவண்ணாமலை.
செல்: 9444867023, 9443222997

E.mail: vamsibooks@yahoo.com
www.vamsibooks.com

அச்சாக்கம்:
மணி ஆப்செட்,
சென்னை - 600 077.

விலை : 150/-

ISBN : 978-93-80545-08-0

ஷைலுவுக்கு....

ஆளுமையிடமிருந்து	7
தோழனிடமிருந்து	9
தோழியிடமிருந்து	14
என்னுரையாக	17

Impossible Friend

யோகிராம் சுரத்குமார் சந்திப்பு - 1	20
வாழ்வைக் கொண்டாடிய கலைஞன் சந்தானராஜ்	25
யோகிராம் சுரத்குமார் சந்திப்பு - 2	32
பேரொளியும் ஒரு துளியும்	40
மாயலோகம் அபுல் கலாம் ஆசாத்	46
துக்கத்தின் தேவதை லட்சுமி	54
குரல் விற்றுப் பிழைக்கத் தெரியாத கலைஞன் சுகந்தன்	60
யோகிராம் சுரத்குமார் சந்திப்பு - 3	63

ஏழுமலை ஜமா	69
ஆன்மீகத்திலிருந்து மனிதனுக்கு	
கிடியன் தேவநேசன்	73
யோகிராம் சுரத்குமார் சந்திப்பு - 4	79
அப்பா	87
இடப்பெயர்வை நிராகரித்து இயற்கைக்குத் திரும்புதல்	
காயத்ரி கேம்யூஸ்	96
அம்மச்சி மரத்தடியில்	
வல்சன் கூர்ம கொல்லேரி	105
பால்யத்தின்மீது வைக்கப்படும் தீ	113
இரு மகாகவிகளும் ஒரு சின்னஞ் சிறுவனும்	
வேலுசரவணன்	120
one summer hey	
பினு பாஸ்கர்	127
யோகிராம் சுரத்குமார் சந்திப்பு - 5	133
19. டி.எம்.சாரோன்	140

நன்றி
ஓவியர் சந்ரு, ஆர்.ஆர். சீனுவாசன்
புகைப்படக் கலைஞர்கள் வைட் ஆங்கிள் ரவிசங்கரன், சேது, வேலு

ஆளுமையிடமிருந்து ...

பவாசெல்லதுரையை முதலில் நான் ரசித்துப் படிக்கும் ஒரு சிறந்த சிறுகதையாளராகவும், அதையடுத்து நான் மகளாக நேசிக்கும் படைப்பாளி கே.வி. ஷைலஜாவின் கணவராகவும், (எனவே எனது மாப்பிள்ளையாகவும்) அறிவேன்.

பவா ஒரு பண்பட்ட ரசிகர். எனது நெருங்கிய இலக்கிய நண்பர்கள் வட்டத்தில் முக்கியமான இடத்தில் இருப்பவர். அவரது கட்டுரைத் தொகுப்புக்கு ''கவிதை நடையில்'' (ஷைலஜாவின் வார்த்தைகள்) நான் ஒரு முன்னுரை தரவேண்டும் என்ற ஷைலுவின் வேண்டுகோளை உடனடியாக ஒப்புக்கொண்டேன்.

பதின் வயதுகளின் நடுப்பகுதியில் எழுத்தே எனது படைப்பாற்றலுக்கான ஊடகமாக இருந்தது. பத்து பனிரெண்டு சிறுகதைகள். ஏழெட்டு கவிதைகள் என்று நான் விரியும்போது சினிமா என்னைப் பிடித்துக் கொண்டது.

சினிமாப் பைத்தியம் முற்ற முற்ற, எழுதுவது குறைந்து இலக்கிய வாசிப்பு அதிகரித்தது.

எழுதிக் கொண்டிருந்த காலத்தில், எனது உரைநடையைக் கவிதைக்கு மிக நெருக்கமாகக் கொண்டுவருவதில் எனக்கு ஆர்வம் அதிகம். எழுதிய வரிகளைச் செதுக்கிச் செதுக்கிச் சீர்படுத்துவேன். அந்தக் கவித்துவம் மிக்க உரைநடை

சினிமாவுக்கு வந்தபின்பும் தொடர்ந்தது.Your prose reads like Poetry என்று சுஜாதா ஒரு தடவை குறிப்பிட்டிருந்தார்.

எனது முழுநேரச் சிந்தனையும் செயல்பாடும் சினிமா என்று ஆனபின் எழுதுவது மிக மிக அபூர்வம். அப்படியே எழுதினாலும் அந்த வரிகள் கவிதைக்கு அருகில் வரவேண்டும் என்பதில் இப்பொழுது ஆர்வம் கிடையாது.

இந்தத் தொகுதியிலுள்ள பவாவின் கட்டுரைகள் என்னுள் ஆழமான அதிர்வுகளை ஏற்படுத்தின. எழுத்தில் பவாவுக்குச் சாத்தியப்படும் இயல்பான எளிமையும், நெகிழவைக்கும் நேரடித் தன்மையும், தனது எண்ணங்களையும் அவதானிப்புகளையும் எழுத்துப் பதிவுகளாக்கும்போது அவருக்கிருக்கும்... "ஏற்றதொரு கருத்தை எனது உள்ளமெனில் எடுத்துரைப் பேன்... எவர்வரினும் நில்லேன் அஞ்சேன்" என்ற ஆத்ம நேர்மையும் எனக்கு ரொம்பப் பிடித்தமானவை...

பெரும்பாலான அவரது கருத்துகளோடு எனக்கு உடன்பாடு உண்டெனினும்,

சிலவற்றோடு எனக்கு நெருடலும் உண்டு என்பதையும் இங்கு சொல்லித்தானாக வேண்டும்.

அப்புறம் இன்னுமொரு விஷயம்...

பவாவுக்கு எழுத்துச் சோம்பல் அதிகம். கட்டுரைகளுக்குச் செலவிடும் நேரத்தை அவர் சிறுகதைகளுக்குச் செலவிடலாமே என்று நான் எண்ணுவதுண்டு. காரணம் அவரது சிறுகதைகள் எனக்கு ரொம்பவும் பிடிக்கும்.

பவாவுக்கு என் வாழ்த்துகள்.

பாலுமகேந்திரா

தோழனிடமிருந்து...

கலைத்துப் போடப்பட்ட சீட்டுகளின் சாத்தியங்களின்வழி வாழ்வு மனிதனோடு சூதாடுகிறது. புதிர் வழிகளில் சிக்கி வெளியேற முடியாமல் மீண்டும் மீண்டும் வாழ்வோடு மல்லுக்கட்டப் பார்க்கிறான் மனிதன். புதிதுபுதிதாய்த் துவங்க வேண்டிய எல்லா நாட்களும் பழைய நாளாகவே கழிகிறது. தன்னையே பந்தயம் வைத்துப் பகடை உருட்டிப் பார்க்கும் மனிதனைப் பார்த்து கெக்கலி கொட்டிச் சிரிக்கிறது வாழ்வு. இந்தச் சூதாட்டங்களுக்கு இடையிலான வெற்றியும் தோல்வியும் மனிதனைப் பொறுத்தவரை வெற்றியே. எல்லாவற்றிலும் உன்னதம் தேடுவது மானுட இயல்பு. வாழ்வின் ஒவ்வொரு கணத்திலும் உயிர்த்துடிப்போடு எல்லாவற்றிலும் உன்னதத்தைத் தேடி வாழமுடிகிற பாக்கியம் எத்தனை பேருக்குக் கிடைக்கிறது. குரூரமான வாழ்வின் பற்சக்கரங்களில் கிழிபட்டபோதும் தன் தேடலை விடாமல் தொடர்கிற மனம் வேண்டுமே. வாழ்வோடு போராடிக் கொண்டே வாழ்வை நேசிப்பவர்களுக்கே இது சாத்தியம். வாழ்வை நேசிப்பவர்கள்தான் வாழ்வை ரசிக்கவும் செய்கிறார்கள். ஒரு துளிகூடச் சிந்தாமல் சிதறாமல் அள்ளி ருசிக்க விரும்புகிறார்கள். அமுதமே ஆயினும் விஷமே ஆயினும் அலட்சியம் செய்யாமல், ஏனோதானோவென்று இல்லாமல் துளித்துளியாக அருந்த ஆசைப்படுகிறார்கள். வாழ்வும் அந்த

அர்ப்பணிப்புமிக்க தேடலை மதிக்கிறது. அவர்களுக்குத் தன் மதிப்பிற்குரிய அழகை வெளிப்படுத்துகிறது. தேடலும் கண்டடைதலுமே வாழ்வின் சாராம்சம். இதை உணர்ந்தவன் கலைஞனாகிறான்.

தன்னுடைய தனித்துவமிக்க சிறுகதைகளின் மூலம் வாழ்வின் உன்னதத் தருணங்களைக் கலையனுபவமாகத் தீற்றிய பவாசெல்லதுரை இந்தக் கட்டுரைத் தொகுப்பின் மூலமாக இன்னும் தன் எழுத்துக்கலையின் எல்லையை விரிவுபடுத்தி இருக்கிறார். புனைவின் வர்ணங்களையும் அ புனைவின் தர்க்கத்தையும் கலந்து புதிய சித்திரங்களாக, மனதை உருகவைக்கும் அற்புதமான கலைப்படைப்புகளாக உருவாக்கியிருக்கிறார்.

ஒவ்வொரு கட்டுரையிலும் அனுபவம் ததும்பித் தன்னைத் தருவதற்குத் தயாராக இருக்கிறது. படிக்க ஆரம்பிக்கும்போதே அந்த அனுபவத்தின் ரசம் உள்ளிறங்குகிறது. மனதில் ரசாயான மாற்றத்தை ஏற்படுத்தி ஒரு புதிய அனுபவமாக பரிணமிக்கிறது. கிளர்ச்சியூட்டும் முதல் முத்தத்தின் பரவச உணர்வு நம்மனதில் தங்குகிறது. யோகிராம் சூரத்குமாருடனான அனுபவங்களில் ஒரு ஆன்மீக அமைதியை அனுபவிக்க முடிகிறதென்றால், வாழ்வைக் கொண்டாடிய கலைஞன் சந்தானராஜின், கலை ஆளுமை நம்மைப் பிரமிக்க வைக்கிறது. மரணம் மனிதர்களை வென்று விட்டதாக இறுமாப்பு கொள்கிறது. ஆனால் கலைஞன் கலையின் மூலம் தன் வாழ்வையும், மரணத்தையுமே அர்த்தப்படுத்திக் கொள்கிறான். பவாவின் எழுத்தில் ஓவியர் சந்தானராஜ் வாழ்ந்து கொண்டிருக்கிறார்.

மழை மனிதர்களாகப் புகைப்படக்கலைஞன் அபுல்கலாம் ஆசாத் என்ற அந்த மனிதனின் உள்ளும் புறமும் இத்தனை தெள்ளியதாய் மிகச்சில பக்கங்களில் கொடுக்க முடிந்திருக்கிற பவாவின்மொழி வலிமைமிக்கது. புனைவின் விரிந்த களத்திற்குள் மிகவும் லாவகமாகப் புகுந்து வெளியேறி வாசிப்பின் லயத்தை, உணர்ச்சிமயமாக்கிவிடுகிறார் பவாசெல்லதுரை. மற்றுமொரு மழை மனிதராக வருகிற ஓவியர் வல்சனின் வெகுளித்தனம், கலையின் நுட்பவெளியும்

கலைஞனின் ஆயாசமுமென வல்சனின் ஆளுமை நம்முன் விரியும்போதே நம்மையே ஒருமுறை திரும்பிப் பார்க்க வைக்கிறது.

இம்மாக்குலேட் காம்யூஸ் என்ற காயத்ரி காம்யூஸ் என்ற கலைஞரிடம் வாழ்வின் குரூர யதார்த்தம் ஏற்படுத்திய மாற்றம் யாரையும் அதிரச்செய்வதுதான். ஆனால் அதைவிட அவருடைய கலையின் கோட்பாடு குறித்து மிகச் சில வரிகளிலே விவரிக்க முடிகிற அழகு பவாவின் தனித்துவம். இந்த ஒரு பத்தியில் கலையை உணர்த்த மொழியும், மொழியை உணர்த்த கலையும் போட்டி போடுகின்றன. கலை ஆளுமைகளைப் பற்றிய கட்டுரைகளில் மொழியின் தெளிவு அபூர்வமானதாக வெளிப் பட்டிருக்கிறது. ஒவ்வொரு ஆளுமைக்குள்ளும் இருக்கிற சாராம்சத்தை உணர்த்த ஒரு கலைஞனால்தான் முடியும்.

ஏழுமலை ஜமாவில் வருகிற நாட்டுப்புறக் கலைஞனின் ஆளுமை பவாவின் சிறுகதையிலிருந்து குறும்படமாக இயக்குநர் கருணாவின் வழியாக விகசித்திருப்பதைப் பதிவு செய்திருக்கிறார் பவா. குரல் விற்றுப் பிழைக்கத் தெரியாத சுகந்தனின் வாழ்வினைக் காவு வாங்கிய காலத்தைச் சபிக்காமல் மேற்கொண்டு வாசிக்க முடியாது. தேர்ந்தெடுத்த வார்த்தைகளாலான இந்த அஞ்சலிக் குறிப்பு சுகந்தனை அறிந்த என்னை மிகவும் பாதித்தது.

இந்தக் கட்டுரைத் தொகுப்பிலேயே மிக அபூர்வமான கட்டுரைகளாகப் பாட்டுக்கார லட்சுமி, அப்பா என்ற இரு கட்டுரைகளும் இந்தத் தொகுப்பின் சிகரங்களாக எனக்குத் தோன்றியது. பாட்டுக்கார லட்சுமியின் வாழ்வின் அலைக்கழிப்பு புனைகதைகளை மிஞ்சக் கூடியது. கற்பனைக்கும் எட்டாத வகையில்தான் மனிதனை வேட்டையாடுகிறது வாழ்க்கை. எந்த மனித விழுமியங்களையும் பலிகொண்டு சிரிக்கிற வாழ்க்கையைப் பார்த்து பாட்டுக்கார லட்சுமியும் சிரிக்கிறாள். தன் வாழ்வில் எல்லாத்தொழில்களையும் பார்த்த அவள் ஒப்பாரிக் கலைஞராக மாறி இழவு வீடுகளின் துயரத்தைத் தன் துயரமாக மாற்றி தன்னைப் பலிகொண்ட வாழ்வைப் பார்த்துச் சிரிக்கிறாள்.

ஒரு நாவலுக்கான அத்தனை புனைவுச் சாத்தியங்களுடனும் பாட்டுக்கார லட்சுமி தன் ஆகிருதியை மிகச் சில பக்கங்களில் அடக்கிக் கொண்டிருக்கிறாள். அற்புதமான அந்த மனுஷியின் போராட்டம் பவாவின் மூலம் நம்மையும் வந்து தாக்குகிறது. இந்தக் கட்டுரையின் இறுதி வரிகளை வாசிக்கும்போது கண்கள் கலங்குவதை உணரமுடிகிறது.

அப்பா என்ற கட்டுரை பவாவின் அப்பாவைப் பற்றியதாக மட்டுமில்லாமல் அப்பா என்கிற படிமத்தை வைத்து எழுதிய கவித்துவம் ததும்பும் கவிதையாக மலர்ந்துள்ளது. ஒரே மனிதருக்குள் எத்தனை விதமான முகங்கள். பவாவிடம், அப்பா என்ற படிமமாக ஊற்று உருமாற, பீறிட்டுக் கிளம்பிய ஊற்றுநீரில் முகத்தை வைத்த அப்பாவின் அன்புப்பிரவாகத்தை உணரமுடிகிறது. அரசியலில் எதிரெதிராக, கொள்கையில் பிடிவாதக்காரராக, முற்றிய அன்பின் வெளிப்பாடாக, மூர்க்கம் கொண்டவராக வெளிப்படுகிற அப்பாவின் இளமைக்காலம், அவர்மீது ஏற்படுத்திய தழும்பு அவர் இறக்கும்வரை மறையவில்லை. வாழ்வினை வெறுத்த கணத்தில் வாழ்வின்மீது பற்று கொள்ள வைத்த சமிக்ஞையைத் தன் வாழ்வின் ரகசியமாகப் பாதுகாத்த அப்பா என்று விரிகிற வார்த்தைகளின் வழியே அபூர்வ அழகோடு அப்பா தெரிகிறார்.

1986 ஆம் வருடம் திருவண்ணாமலைக்கு அருகில் உள்ள வேளானந்தல் என்ற ரயில்வே ஸ்டேஷனில் ஸ்டேஷன் மாஸ்டராக வேலைக்குச் சேர்ந்திருந்தேன். தனிமையின் கூர்அலகுகளால் கொத்தி எறியப்பட்ட நான் என்னைக் காப்பாற்ற வேண்டி கூப்பாடு போட்டேன். அப்போது என் உயிர் நனைக்க வந்த அருஞ்சுனையென பவாவும், கருணாவும் வந்தனர். பவாவின் வீட்டில் அவருடைய அப்பா, ஸ்டேஷன் மாஸ்டர் உத்தியோகம் காரணமாக என்னிடம் அன்போடு குசலம் விசாரிப்பார். அம்மாவின் அன்பு மிகமிக எளிமையானது. மிகுந்த உரிமையுடன் அவர் செய்த உணவுப் பரிமாறல்கள் என்னிடம் நெகிழ்ச்சியை ஏற்படுத்தியவை.

அப்போது 19 டி.எம். சாரோன் குடிசை வீடாக இருந்ததென ஞாபகம். அதிலிருந்துதான் பவா என்ற எழுத்துக்கலைஞன் பேரன்பும் பெருநட்பும் கொண்ட ஆளுமையாக வெளிப்பட்டார். அந்த நெகிழ்வின் கதகதப்பையும் வாழ்வின்மீது கொண்ட நம்பிக்கையையும் இந்தக் கட்டுரைகளை வாசிக்கும்போது உணரமுடிகிறது. இந்தத் தொகுப்பில் உள்ள ஆளுமைகளைப் பற்றிய ஆகச் சிறந்த குறிப்புகள் இதுவென உறுதியாகச் சொல்லலாம். இந்தக் குறிப்புகளின் மூலம் பவாசெல்லதுரை என்ற ஆளுமையின் விகசிப்பையும் நாம் உணரமுடிகிறது. மாற்று இல்லாத வார்த்தைகளைக் கொண்டு தேர்ந்த சிற்பியைப்போல கூர்மையான, வலிமையான, மொழிப் பிரயோகத்தினால் கட்டி எழுப்புகிற ரசவாதம் கை வந்திருக்கிறது பவாசெல்லதுரைக்கு. வாசிப்பின் வழியே நம் மனதில் முக்கியமான இடத்தைக் கோருகிற இந்தப்புத்தகம் இந்த வகைப் புத்தகங்களில் ஆகச் சிறந்த புத்தகமாக இருக்கும் என்பது என் நம்பிக்கை. பவாவின் கரங்களைப் பற்றிக் குலுக்க விரும்புகிறேன். வாழ்த்துகள்.

உதயசங்கர்

தோழியிடமிருந்து ...

பேரோசையுடன் ஓடிக் கொண்டிருக்கும் காட்டாற்றை, அதன் ஓரத்தில் நின்று ரசிக்கலாம். ஒரு கை அள்ளி ஏந்திக் கொண்டதே ஆற்றைக் கையேந்தியதாகுமா? ஆகலாம்... இக்கட்டுரை நூலில் வரும் மனிதர்களைப் பவா விவரிப்பதில் இருக்கும் முழுமை அத்தன்மையதே... பவாவின் மனப்பரப்பில் பதிந்தவர்கள் மழை மனிதர்களாய் வந்து வருடுகிறார்கள்... நம்மை உயிர்ப்பிக் -கிறார்கள். அன்றாட மன அவஸ்தைகளில் சிக்கித் தடுமாறி, நாளும் எதிர்கொள்ளும் பதியாத முகங்கள் தாண்டி இலக்கின்றி ஓடிக்கொண்டே இருக்கும் நம்மை ஒரு கணத்தில் நிறுத்தித் தோழமை முகத்தோடு மீட்டெடுக்கிறார், தன் கட்டுரைகள் வாயிலாக. மனசை நனைக்கும் தூறல், வானம் தொடும் வார்த்தை, உயிர்த் திரவமாய் நம்மைச் சுண்டியிழுக்கும் மொழியென எல்லாம் வசப்படுகிறது அவருக்கு.

தானே மோனோலிசா ஓவியமாய் இருக்கும் காயத்ரி கேம்யூஸ், தொண்டைக்குள் குயிலை வைத்து வசியப்படுத்தும் சுகந்தன், பெருங்குரலெடுத்துப் பாடித் தன் துக்கத்தை அடுத்தவருக்குள்ளும் கடத்தும் பாட்டுக்கார லட்சுமி, அமானுஷ்ய மனுஷனாய் வாழ்ந்த ஓவியர் சந்தானராஜ், காட்டாற்றின் சத்தத்தையும் அமைதியையும் அடுத்தடுத்து உணர வைக்கும் புகைப்படக் கலைஞன் அபுல், கலைஞனின் மனநிலையில் புறவுலகு குறித்த பிரக்ஞையின்றி வானத்தின்

கீழிருக்கும் ஒற்றை மனிதன்போல் சுற்றித் திரியும் வல்சன் என இவர் காட்சிப்படுத்தும் மழை மனிதர்கள், படிக்கும் ஒவ்வொரு முறையும் நம்மை உயிர்ப்பித்துக் கொண்டே இருக்கிறார்கள்.

மூன்று நிகழ்வுகளின் மூலம் தன் தந்தையின் ஆளுமையை அற்புதமாய்ப் பதிவு செய்திருக்கிறார். அன்பும் கடமையுணர்வும் பொறுப்பும் நிரம்பிய முதல் தலைமுறை, அடுத்த தலைமுறையின் போக்கினைக் கண்டு கோபமும் ஆற்றாமையுமாய்ச் சுருங்கலும், தான் பெற்ற விருதினை அரசிடமே திரும்பத் தந்த தறுகண்மையும் இயற்கையோடு இயைந்த வாழ்வின் இளமைக் குதூகலத்தையும் கண்வழி விரியும் காட்சியாய்ப் படிமப்படுத்தித் தன் அப்பாவை இயக்கப் படுத்துதலில் நம்முன் பூக்கின்றன சில மலர்கள். பவாவின் அப்பாவில் நம் ஒவ்வொருவரின் அப்பாக்களும் ஆடியில் விரியும் தன்மையுடன் எதிரில் நிற்பது காணக் கிடைக்காத அனுபவம்.

கலைஞர்கள் அற்பப் பணத்துக்காகத் தம் செயல்பாடுகளைக் குறுக்கிக் கொள்ள மாட்டார்கள்தான். ஆனால் சமூகத்தோடு சிறிதேனும் ஒட்டி வாழ அவர்கள் எடுக்கும் பிரயத்தனமும், அதன் இயலாமையும், மனமும் உடலும் வெவ்வெறு இயங்குதலில் முறுக்கித்திரியும் வலியை அனுபவிக்கும் துயரையும், எப்போதுமே சமூகத்தோடு ஒட்ட முடியாமல் படும் அவஸ்தையையும், அவர்கள் அவர்களாகவே இருக்கச் செய்யும் முயற்சிகளையும் ஒரு சில வார்த்தைகளில் பக்கங்களில் படிப்பவருக்குக் கடத்தி விடுகிறார். கலைஞர்களின் சிறிதான மனச்சாய்வையும் இரகசியமானதொரு ஓவியமெனத் திரியும் வாழ்வையும் வார்த்தைகளில் வடிக்கும் வசீகரத்தை எங்கிருந்து கற்றீர்கள் பவா? மழை மனிதனுக்குள்ள எல்லாத் தகுதிகளையும் தன்னுள் கொண்டிருக்கும் பவா, தன்னொத்த கலைஞர்களை, மனிதர்களை வியந்து தீட்டியிருக்கும் அற்புதச் சாரம்தான் 19, டி.எம். சாரோனிலிருந்து....

அந்தக் காட்டாற்று மொழியின் வேகம், அதன் எளிமை, இடையில் துள்ளும் கயல்களெனத் தெறித்து விழும் நகைச்சுவை, திடீரென விசுவரூபமெடுத்து நிற்கும் மானுடம் என அங்கங்கே

நம்மை நெகிழ்த்தி, புரட்டி, மனதைக் கலைத்துப் போட்டு விடுகிறார்.

ஒரு இந்துச் சாமியாராக மட்டுமே கட்டமைக்கப்பட்டுவிட்ட யோகி ராம்சுரத்குமாரின் எளிய, சற்றே பூடகமான தன்மையையும் மிக வித்தியாசமாக அவரால் காட்ட முடிகிறது. சக தோழனைப் போல நமக்கு அறிமுகப் படுத்தவும் முடிகிறது.

பவாவின் மொழி எறும்பாகவும், நத்தையாகவும், வண்ணத்துப் பூச்சியாகவும் வெவ்வேறு வடிவங்களில் ரூபங்கொள்கிறது. நானும் முயற்சித்துக் கொண்டே இருக்கிறேன். வகை வகையான வார்த்தைகளால் விரிவுப்படுத்திப் பேச, தரையில் சிந்திய பாதரசத்தைக் கையில் அள்ள முயற்சிக்கும் சிறுமி போல...

தி. பரமேசுவரி

என்னுரையாக...

என் தொகுப்பு வேலைகள் நிறைவுற்று, முன்னுரைக்கான துவக்க எழுத்திற்காகக் கடந்த மூன்று மணிநேரமாய் ஒரு வார்த்தை கிடைக்காமல் உட்கார்ந்திருக்கிறேன்.

என் தொலைபேசி ஒலிக்கிறது.

சுவாரஸ்யமற்று எடுக்கிறேன். அடுத்த முனையில் என் நண்பனும் இயக்குநருமான மிஷ்கின்.

அவர் சமீபத்தில் வாசித்த ஒரு சிறுகதையில் சுழல்கிறோம். அந்த உரையாடலின் நீட்சியாக மிஷ்கின் சொன்னார்.

யாருமே எதிர்பாராமல், டால்ஸ்டாய் அந்த ஒத்திகை அரங்கத்திற்குள் நுழைகிறார். நம்பமுடியாத அவ்வருகையில் அக்கலைஞர்கள் பிரமிப்படைகிறார்கள். அரங்கத்தின் மேல்மாடியில் இருக்கும் நாடக இயக்குநர் ஸ்டான்ஸ்ட்லாவஸ்கிக்குத் தகவல் சொல்லப்படுகிறது.

கீழே டால்ஸ்டாய் வந்து உட்கார்ந்திருக்கிறார். ஸ்டான்ஸ்ட்லாவஸ்கியால் அந்தக் கணத்தை எதிர்கொள்ள முடியாமல், எல்லோரையும் கீழே அனுப்பிவிட்டு குடிக்க ஆரம்பிக்கிறான். அரைமணி, ஒருமணி, இரண்டு மணி என்று மனக் கொந்தளிப்பான அந்நிமிடங்களைக் கடத்துகிறான். வேறு வழியில்லை. குழுவில் எல்லாக் கலைஞர்களும் டால்ஸ்டாயைச் சந்தித்துவிட்டு திரும்பிவிட்டார்கள். இவன் வருகை மட்டுமே மிச்சம். எதன்பொருட்டும் தப்பித்தல் இயலாதது. பூனையின்

திருட்டுக் காலடிபோல் ஸ்டான்ஸ்லாவஸ்கி நடந்துபோய் டால்ஸ்டாயின் முன் நிற்கிறான்.

டால்ஸ்டாய் அவனை நிமிர்ந்து பார்க்கிறார். அந்தக் கணத்தை ஸ்டான்ஸ்லாவஸ்கி எழுதுகிறான்.

'அந்த ஒரு பார்வையில் என் வாழ்நாளுக்குரிய ஒட்டுமொத்த பொய்யையும் கண்டுபிடித்து விட்டான் அந்தக் கிழவன்' என்று.

எழுத்தாளனின் வலிமை இது.

என்னால் புனைவன்றி மொழியைச் சாத்தியப்படுத்த முடியவில்லை.

என் உரைநடையைப் புனைவு, நீர்ச்சுழல் மாதிரி அதற்குள் இழுத்துப் புதைத்துக் கொள்கிறது. அதிலிருந்து தப்பிக்க முயலும் ஒருவனின் இறுதிப் போராட்ட நிமிடங்களாகத்தான் இப்பிரதி உங்கள் முன் வைக்கப்படுகிறது.

இதன் வருகை சாத்தியமற்றது எனக் கருதி முற்றிலும் நான் நம்பிக்கை இழந்த தருணத்தில், இதைத் தனதாக்கி, இதன் செழுமையில் ராப்பகலாய்த் தன் உழைப்பைச் செலுத்திய ஷைலஜாவுக்கு இப்பிரதியைச் சமர்ப்பிக்கிறேன்.

இக்கட்டுரைகளை நான் எழுதி வலையேற்றிய ஒவ்வொரு முறையும் என்னைத் தொலைபேசியில் அழைத்து ஒரு நீண்ட உரையாடலை நிகழ்த்திய நண்பர் எஸ்.கே.பி. கருணாவின் வாசிப்பு ஆர்வமே என்னை மேலும் மேலும் எழுத வைத்தது.

இத்தொகுப்பின் இறுதி வடிவத்தை சரிப்பார்த்துத்தர கேட்டபோது, நட்பின் பொருட்டு இரவெல்லாம் கண்விழித்து இதன் பக்கங்களைச் செழுமைப்படுத்திய என் முப்பதாண்டு கால நண்பர் தோழர். சந்துருவையும்,

இப்புத்தகச் சாத்தியத்தில் தங்களை முழுவதுமாய் ஈடுபடுத்திக் கொண்ட கே.வி.ஜெயஸ்ரீ, பாஸ்கரன், மோகனா, ஆனந்தி, போப்பு, பாலாஜி போன்ற நண்பர்களையும் என்றென்றும் நேசிப்பேன்.

தோழமையுடன்
பவாசெல்லதுரை

Impossible Friend

யோகிராம் சுரத்குமார்

சந்திப்பு 1

எண்பதுகளின் பிற்பகுதி.

'தமிழில் நவீனத்துவம்' என்கிற பிரமிளின் புத்தகத்தின் முதல் பக்கப் புரட்டலிலேயே நின்று விடுகிறது மனது.

To dedicate my Impossible Friend Ramsurathkumar at Thiruvannamalai

என்ற சமர்ப்பணப் பக்கத்தைக் கடக்க முடியாமல் போய் நின்ற இடம் சன்னதித் தெருவில் இருந்த யோகிராம் சுரத்குமாரின் நாட்டு ஓடு வேய்ந்த வீட்டின் வாசல்.

பாதசாரியின் 'காசி' படித்து மனம் அடங்காமல் ஆர்ப்பரித்துக் கொண்டிருந்த தருணமது. இரும்பு கேட்டைத் தட்டுவதற்குத் தயங்கி நின்றேன்.(காசி கதையில், காசி அதே கேட்டை வேகமாகத் தட்டியதைச் சகிக்க முடியாமல், அவனைச் சந்திக்க விரும்பாமல் துரத்திவிடுவார் யோகிராம் சுரத்குமார்) உள்ளே ஜீரோ வாட்ஸ் பல்பின் மிக மங்கலான வெளிச்சத்தில் அடங்கும் உயிர்மாதிரி கிடந்தது தாழ்வாரம். தாறுமாறாக வீசப்பட்ட உலர்ந்த மாலைகள் பத்திருபது கண்ணில்பட்டது.

அவ்வீட்டிற்குப் பத்தடி தூரக் கோயில் வளாகமும், தேரடிவீதி நெரிசலும் என்னைவிட்டுப் பெருந்தொலைவிற்கு அப்பால் போய், ஒரு பெரிய வனாந்தரம், அதன் நடுவில் சுரத்குமாரின் வீடு, அந்த இரும்பு கேட், நான், பிரமிளின் புத்தகம் இவை மட்டுமே நிறைந்த அமானுஷ்ய கணமது.

சப்தம் கேட்டு கதவு திறந்து கையில் ஒரு விசிறியோடு, ஆஜானுபாகுவான உருவத்தில் முகமெங்கும் பொங்கும் புன்னகையோடு என்னைச் சமீபித்தார். அவர் மீதிருந்து எழுந்த சுகந்த மணமும் அவர் உடல் நிறமும் அத்தனை நெருக்கத்திலான அவர் இருப்பும் என்னைத் தடுமாற்றி நிலைப்படுத்தியது.

"இந்தப் பிச்சைகாரனிடமிருந்து என்ன வேணும் உனக்கு?"

எளிமையான, ஆனால் தெளிவான ஆங்கிலத்தில் என்னைப் பார்த்துக் கேட்டார். நான் அவரை ஏறிட்டுப்பார்த்தேன்.

"ஓ அந்தக் கண்கள்!"

நான் அதுவரைக் கண்டறியாத, வசீகரமான நீலநிறத்தில், பார்க்கும் யாரையும் நிலைத்து நிறுத்திவிடக் கூடிய கண்கள் அவை.

"உங்களுக்குக் கவிஞர் பிரமிளைத் தெரியுமா?"

"உனக்கு?"

"தெரியும், நான் அவர் கவிதைகளை வாசித்திருக்கிறேன். இப்போது இந்தப் புத்தகத்தை வாசிக்கிறேன். இதை உங்களுக்கு சமர்ப்பித்திருக்கிறார். அவர் ஏன் இதை உங்களுக்கு சமர்ப்பிக்க வேண்டும்?"

"இது நீ பிரமிளைக் கேட்கவேண்டிய கேள்வி?"

"நீங்களும் கவிஞரா?"

"இல்லை, நான் பிச்சைக்காரன்."

உரையாடல் அறுந்துவிட, நான் அமைதியாய் நின்றேன். அவர் என் கைகளைப் பற்றி,

"உன் பெயரென்ன?"

"பவாசெல்லதுரை"

"நான் உன்னை பவா என்றழைக்கலாம் இல்லையா?"

தலையசைத்தேன்.

"நீ திருவண்ணாமலையா?"

"ஆம்"

"எந்த ஏரியா?"

"சாரோன்."

"ஓ ... என் நண்பன் ஜோன்ஸ் அங்கிருந்தான். அவனைத் தெரியுமா உனக்கு?"

என் ஞாபகத்தோடு துழாவினேன்.

"அவன் ஒரு பெயிண்டர். சுவர்களில் கடவுள் மறுப்பு வாசகங்களாக எழுதித் தள்ளுவான். உன்னால் நினைவுபடுத்த முடிகிறதா?"

நான் ஜோன்சைக் கண்டடைவதை என் முகத்திலிருந்து வாசித்தறிந்து,

"சொல் பவா, ஜோன்சைத் தெரியுமா?"

"தெரியும். அவர் இப்போது இல்லை. அவர் மறைந்து சில வருடங்களாகிறது. அவர் வாழ்ந்த வீடு குட்டிச்சுவராகிவிட்டது. அவர் பிள்ளைகள் இங்கிருந்து இடம் பெயர்ந்து விட்டார்கள்."

"ஜோன்ஸ். இப்போதில்லையா?"

"இல்லை"

"இருக்கிறான் பவா... இருக்கிறான்"

நான் இயல்பற்றிருந்தேன். மீண்டும் வீட்டுக்குள்போய் அக்குறைந்த வெளிச்சத்தில் ஒரு சிகரெட் பாக்கெட்டைத் தேடியெடுத்துப் பற்றவைத்துக் கைகளைக் குவித்து (கஞ்சா பிடிப்பவர்களை அப்படிப் பார்த்திருக்கிறேன்) சிகரெட்டின் நுனிக்கங்கைப் பரவலாக்கி,

"நீயும் எழுதுவியா?" என்றார்.

"எப்போதாவது"

"நீ பிரமிளைப் பார்த்திருக்கிறாயா?"

"இல்லை, அவர் அடிக்கடி எனக்குக் கடிதம் எழுதுவார். கடிதங்கள் மூலமாக நாங்கள் தொடர்ந்து உரையாடிக் கொண்டிருக்கிறோம்."

"எனக்கு எப்பவும் எழுதமாட்டார். ஒரு பிச்சைக்காரனுக்கு எழுத என்ன இருக்கு பவா"

ஒரு கூடை நிறைய ஆப்பிள் பழங்களை அள்ளித் தந்ததோடு எங்கள் முதல் சந்திப்பு அடுத்த சந்திப்பிற்கான இடைவெளியை விட்டது.

- கீற்று இணைய இதழ்

வாழ்வைக் கொண்டாடிய கலைஞன்

சந்தானராஜ்

பாராளுமன்றத் தேர்தலன்று காலை என் பைக் விபத்துக்கு உள்ளாகி கையையும், காலையும் உடைத்துக்கொண்டு பத்து பதினைந்து நாட்களாக ஒரே அறையில் அடைபட்டுக் கிடக்கிறேன். நண்பர்களின் வருகைக்காக மனம் ஏங்கித் தவிக்காமல் அறை முழுவதும் கொத்துக் கொத்தாய் நண்பர்கள் பூத்த வண்ணம் காயத்திலிருந்த வெறுமையைத் துடைத்து ஆறுதலைப் பூசிக் கொண்டிருக்கிறார்கள்.

நேற்று மதியம் என் ஆத்மார்த்த சகா ஆனந்த் ஸ்கரியா தொலைபேசியில் அழைத்து, "பவா, நம் சந்தானராஜ் மரிச்சு போயி" எனத் தழுதழுத்தார்.

எந்தப் பதட்டமுமின்றி நான் மௌனமானேன். அசைவற்றுக் கிடந்த என்னிலிருந்து சந்தானராஜ் என்ற அந்த மகாகலைஞனை நான் அறிந்த அந்த முதல் நிமிஷத்திற்கு சில விநாடிகளில் என்னால் பயணிக்க முடிந்தது. முதன் முதலில் சா. கந்தசாமிதான் எனக்கு சந்தானராஜைப் பற்றிச் சொன்னார்.

"சந்தானராஜ் வீட்டிற்கு ஒரு நாள் காலை டிபன் சாப்பிடப் போயிருந்தோம். ஆவி பறக்கும் சூடான இட்டிலிகளை என்

தட்டில் வைத்துவிட்டு ஓடிப்போய் பேன் ஸ்விட்சை அணைத்து விட்டு 'இட்லி பறந்திடும்' என எங்களைப் பார்த்துக் கண் சிமிட்டினார்."

கொஞ்சம் கொஞ்சமாய் அவரைப் பற்றிய செய்திகளையும், அவர் ஓவியங்களையும் கவனிக்க ஆரம்பித்தேன். நான் ஒரு எழுத்துச் சோம்பேறியாக இல்லாமல் இருந்தால் அவருடைய உடல் அடக்கத்திற்கு முன் அவருடனான எனது அனுபவங்களைத் தனிப்புத்தகமாக எழுதலாம். பொங்கித் பொங்கி வரும் உணர்வுகளை வார்த்தைப்படுத்தும் முன் அவை மீன்குஞ்சுகள் மாதிரி துள்ளி விடுகின்றன.

ஒரு நாள் காலை டென்மார்க்கிலிருந்து வந்திருந்த டேனிஷ் மிஷன் செகரட்டரியோடும் அவருடைய மகளோடும் சந்தானராஜை அவருடைய சென்னை வீட்டின் மூன்றாவது மாடியில் சந்தித்தோம். ஒரு காவி லுங்கி மட்டும் கட்டிக்கொண்டு சட்டை அணியாத உடலோடு ஒரு கேன்வாசில் இயங்கிக் கொண்டிருந்தார். அவரின் ஒரு திரும்பலுக்கான காத்திருப்புதான் அது எனினும் அது நிகழாமலிருக்க மனதளவில் பிரார்த்தித்தோம். ஒரு சிறு அசைவின் அறுதலில் அவர் எங்களோடு இருந்தார்.

நான் அவரை அறிமுகப்படுத்தினேன். கண்கள் விரியத் தன் நெஞ்சோடு அவரை அணைத்துக்கொண்டு, ''உன் பள்ளிக் கூடத்துலதான்யா நான் படிச்சேன், டென்மார்க்கிலிருந்து வந்து என் கல்விக் கண்ணைத் திறந்தயே அதுக்கு" என அவர் கையை ஸ்பரிசித்து முத்தமிட்டார்.

உடனே தன் முன் தயாராக வைக்கப்பட்டிருந்த பாட்டிலைத் திறந்து விஸ்கியை ஊற்றி ''எடுத்துக்கோ, இது என் நன்றிக் காணிக்கை" என்றார். தன் மீதேறியிருந்த கௌரவம் உதிர அந்த வெள்ளைக்காரன் ஒரு குழந்தை பால் குடிப்பது மாதிரி, அந்த அதிகாலையில் விஸ்கியை அருந்திக் கொண்டிருந்தான்.

ஒரு அமானுஷ்ய கணத்தில் ஒரு அமானுஷ்ய மனுஷனோடு இருப்பதாக நான் உணர்ந்தேன். பேச்சு ஓவியம் பற்றி, கலையின் உன்னதம் பற்றி, கோடுகள் பற்றி, அதன் இட்டு நிரப்ப முடியாத

இடைவெளி பற்றி சுழன்று சுழன்று விஸ்கி டம்ளருக்குள் மையமிட்டது.

அவரிடமிருந்து விடைபெறும்போது அந்த வெள்ளைக்காரனின் கண்கள் அவருடைய ஒரு ஓவியத்தின்மேல் நிலைபெற்றிருந்தது. எத்தனை பணமும் தரக்கூடிய மனநிலை அவனுக்கு இருந்தது. சந்தானராஜ், "இது இந்திய ராணுவத் தலைமையகத்திற்கு நான் தர ஒப்புக்கொண்டு செய்து கொண்டிருக்கும் ஓர்க். நீ எனக்கு கல்வியே தந்தவனாயினும் உனக்கு இதைத் தரமுடியாது"

அவன் தன் கைகளில் விலங்கு பூட்டி அழைத்து போவான் என பாவனையால் நடித்துக் காட்டினார்.

எனக்கு சா.கந்தசாமிசொன்ன பறக்கும் இட்லிகள் நினைவுக்கு வந்தன. அச்சந்திப்பிற்குப் பிறகு அவருடனான நெருக்கம் இடை வெளியற்றது.

திருவண்ணாமலையிலேயே வீடு வாங்கித் தன் கேன்வாஸ் -களோடு வாழ நேர்ந்த பல நாட்கள் நான் அவரோடு இருந்திருக்கிறேன். அவருடைய முதுமையின் நாட்கள் வலி நிறைந்தவை. "நான் ஒரு பணப்பிசாசு" என்று தன்னைத்தானே அழைத்துக் கொண்டார். அதிகாரங்களின் மீதான மனச் சாய்வுக்கு இடம் தந்தார். ஆனால் தொடர்ந்து இயங்கிக்கொண்டேயிருந்தார். ஒரு நாள் அவருடனான மூன்று மணி நேரத்தில் ஏழு ஓவியங்களை வரைந்து முடித்தார். தன் உடல் உபாதைகளை, தீயாய் எரிந்து கொண்டிருந்த தன் ஓவியத் தகிப்பில் பொசுக்கிவிட முயன்றார்.

சமீப நாட்களில் என்னைத் தொலைபேசியில் அழைத்துக் கொண்டே இருந்தார். நேரம் ஒதுக்கி அவரைச் சந்தித்த போதெல்லாம் மிகுந்த மன வெறுமையில்தான் திரும்பி இருக்கிறேன். தான் ஒரு திரைப்படம் எடுக்க இருப்பதாகவும், அதற்கான கதை வசனம் எழுதிக்கொண்டிருப்பதாகவும் சொல்லிக் கொண்டிருப்பார்.

நான் ஒரு வாரப் பத்திரிக்கைக்கு அவரைப்பற்றி ஒரு கட்டுரை எழுதினேன். அப்பிரதியோடு அவரைச் சந்தித்து அதைப் படித்துக் காட்டினேன். என்னைக் கட்டி தழுவி, "என்னை நானே கண்ணாடி முன் நின்று பார்த்து, பேசிக்கொள்வது மாதிரி உள்ளது" என திரும்பத் திரும்ப சொன்னார்.

வம்சி புத்தக நிலையத்தில் சந்தானராஜ், பி. கிருஷ்ணமூர்த்தி, காயத்ரி கேம்யூஸ் ஆகியோரின் ஓவியங்களை 'மூன்று ஓவியர்களும் பதினாறு படங்களும்' என்ற தலைப்பில் காட்சிப்படுத்தினோம். ஒரு மணி நேர மேக்கப்பிற்கு பிறகு ஒரு இளைஞனான உணர்வில் எங்களுடன் வந்திருந்தார். நிறைய நேரம் கலை மனோபாவத்தோடு இருந்த நாள் அது. எப்போதும் சுவாரஸ்யமான உரையாடலைத் தேக்கி வைத்திருந்தார். லௌகீகமான அவரின் சில அதீத அக்கறைகளை நான் புறந்தள்ளினேன். எங்கள் இருவருக்குமான நட்பு இணைக்கப் படாமலேயே விலகிக் கிடந்ததாகவே உணர்கிறேன்.

நான் அழைத்துப்போன சில நண்பர்களுடனான போதையூட்டின கொண்டாட்டங்கள் அபூர்வமானவை. காயத்ரி கேம்யூஸ்ஸின் படங்களை ரொம்பப் பிடித்திருப்பதாகத் திரும்ப திரும்பச் சொன்னார். ஏதோ ஒரு புள்ளியில் துவங்கி சுழன்று சுழன்று பயணித்து நிலை பெறாமல் காற்றில் அலையும் உரையாடல்கள் அவருடையது. மரணத்திற்கு மிக அருகில் அவருடைய படுக்கை இருந்தது. தன் மனைவி மகாலஷ்மிதான் அதை இன்னும் நெருக்கமாக்குகிறாள் எனச் சொல்லிக் கொண்டிருந்தார். கடந்த மூன்று ஆண்டுகளுக்கு முன் மரித்த தன் மனைவி மகாலட்சுமியின்மீது மிகுந்த காதலோடு இருந்தார். மிதமிஞ்சிய அக்காதலே ஒரு ஓவியரான மகாலஷ்மியால் திருமணத்திற்குப் பிறகு ஒரு படமும் வரைய முடியாமல் போனதற்குக் காரணம்.

'குக்கூ' நடத்தின குழந்தைகள் திருவிழாவிற்கு அவரை அழைத்து டேனிஷ் மிஷன் மேல்நிலைப் பள்ளியில் பேசச் சொன்னோம். மிகுந்த உற்சாக மனநிலையில் இருந்தார்.

"இதோ இதுதான் என் வகுப்பறை. ஏழாம் வகுப்பு படிக்கும் போது என் மீதிருந்து பீடி நாற்றம் வருவதாக (பீடி பிடித்தால் பீடி நாற்றம் வரும்தானே) என் வாத்தியர் அடித்துத் துரத்தினார். அதன் பிறகு எழுவது வருஷத்திற்கு அப்புறம் இப்போதுதான் இந்த ஸ்கூலுக்கு வருகிறேன்" எனக் குழந்தைகளின் குதுகலத்திற்கிடையே நீண்டநேரம் பேசினார். "அண்ணாமலையார் கோவிலுக்குப் போனால்

டெல்லி மியூசியத்தில் உள்ள சந்தானராஜின் ஓவியம்

சித்த நேரம் இருந்து விட்டுப் போகத் தோணுதே, ஏன் சர்ச்சுக்குப் போனா உடனே வீட்டுக்குப் போகலாம்னு தோணுது? கடைசி ஜெபத்திற்கு முன்னாலேயே அங்கிருந்து வந்துடறோம்" எனத் துவங்கிய அவரின் ஒரு ஞாயிற்றுக்கிழமை உரையாடல், கட்டிடக் கலை சம்பந்தப்பட்டது. 'கிருஸ்துவ சர்ச்சுகள் வெளிநாட்டுக் கட்டிடக் கலைகளால் ஆனது. லௌகீக வாழ்விற்கு அது உந்தும். இந்து கோவில்கள் தமிழ் மரபு சம்பந்தப்பட்டது. அது இன்னும் கொஞ்ச நேரம் இருக்கச் சொல்லும். அதனால் இனி சர்ச்சு கட்டுகிறபோது அதை மரபுப்படுத்தணும். நவீனத்திலிருந்து அதை மீட்டெடுக்கலாம்' என்பது மாதிரியான தர்க்க ரீதியான உரையாடல்கள் என் வாழ்வில் மிக முக்கியமானது. நான் சந்தித்த பல ஓவியர்கள், குறிப்பாக மருது, ஆதிமூலம், வல்சன் என்று எல்லோருக்குமே சந்தானராஜ் ஆதர்சமாக இருந்தார். அவரை நீண்ட பேட்டி எடுக்க வேண்டுமென்று நானும் சிநேகிதி திலகவதியும் எடுத்த முயற்சி, அவருடனான ஒரு நாளைப் படமாக்க வேண்டும் என நானும் காஞ்சனை சீனுவாசனும் எடுத்த முயற்சி, அவரை எனக்காக மட்டும் ஒரு படம் வரையச்சொல்லி வாங்கி விட வேண்டும் என நான் ரகசியமாய் எடுத்த முயற்சி எல்லாமும் நொடிகளின் இடைவெளிகளில் தோற்றுப் போயின.

- உயிர்எழுத்து

Impossible Friend

யோகிராம் சுரத்குமார்

சந்திப்பு 2

அது ஒரு லயனஸ் சங்கக் கூட்டம். அரங்கு முழுக்க பெரும்பாலும் மாமிகள் நிரம்பியிருந்தார்கள். ஆண்களுக்கான அனுமதி மறுக்கப்படவில்லை. ஆனாலும் குறைவான ஆண்கள் வந்திருந்தார்கள். அன்றைய சிறப்பு அழைப்பாளர் பாலகுமாரன். இரும்புக் குதிரைகள், கரையோர முதலைகள், மெர்க்குரிப் பூக்களென வெற்றியின் மீதேறி நின்று எதிரில் உட்கார்ந்திருந்த மாமிகளுக்குச் சொல்ல அவரிடம் நிறைய அகங்காரமான சொற்களிருந்தன. நானும் என் நண்பர்கள் சிலரும் வாசிப்பின் போதையில் திரிந்த காலமது. புதிய விஷயங்களைப் படிக்கப்படிக்க, பழமையான விஷயங்களில் ஒன்றுமில்லையென ஒதுக்கித் தள்ளிக் கொண்டிருந்தோம். குமுதம், விகடன் போன்ற பத்திரிகைகளில் எழுதுபவர்கள் எழுத்தாளர்கள் இல்லையெனவும், சுந்தரராமசாமி, அம்பை, நா.முத்துசாமி, வண்ணதாசன், வண்ணநிலவன், ஜி. நாகராஜன் என எங்கள் வாசிப்பறைகள் இவர்களின் வாழ்வுலகங்களால் நிரம்பி வழிந்து கொண்டிருந்தது. ஒரு சின்னத்திமிர் எங்கள்மீது எங்களையறியாமல் ஏறியிருந்தது.

எந்தக் கூட்டத்தில் பேசும் பேச்சாளரை விடவும் எங்களுக்கு அதிகம் தெரியும் என நம்பியிருந்தோம்.

வம்பிழுப்பதற்காகவே பாலகுமாரன் பேசவிருந்த கூட்டத்தில் மௌனமாய் உட்கார்ந்திருந்தோம். உடனிருந்த பார்வையாளர்கள் ஒன்றுமில்லாத ஆட்டுமந்தைகள். வெறும் பத்திரிகைக் கவர்ச்சிக்காக வந்திருப்பவர்கள். அவர்கள் எங்களைக் கொஞ்சம் உற்றுக் கவனித்தால் எங்கள் தலையிலிருந்து மேதமை பொங்குவதைக் கவனிக்க முடியும்.

சம்பிரதாயச் சடங்குகளுக்குப் பிறகு பாலகுமாரன் ஒரு உபதேச உரையாற்றினார். வெற்றி பெற்றவர்கள் எதிரிலிருக்கும் மந்தைகளுக்குப் போதிக்கும் உரை அது. பேசி முடித்து முகமெங்கும் பெருமிதம் பொங்கப் பார்வையாளர்களிடம் இருந்து விலகினார். விவாதத்தில் பங்கேற்பாளர்கள் யாரும் இருக்கப் போவதில்லை என்ற உறுதியுடன் பத்து நிமிடம் கலந்துரையாடலுக்கு ஒதுக்கப்பட்டது. அந்த மௌனம் உடன் உடைபட என் ஸ்நேகிதி கோமதி எழுந்து, பாலகுமாரனின் எழுத்து எத்தனை போலியானது என்றும், அது காலத்தின் முன் நசுங்கி மிதிபட்டு மறையும் காலம் வெகு அருகில் உள்ளதென்றும் கோபம் கொப்பளிக்கப் பேசினார்.

இக்குரல் அவ்வரங்கம் எதிர்பாராதது. அதிர்ச்சியில் உறைந்த பல கண்கள் கோமதியின் பக்கம் திரும்பின. பாலகுமாரனின் இரு மனைவிகளும் அவ்வரங்கில் பார்வையாளர்களாயிருந்தார்கள். எதிர்பாராத இத்தாக்குதலில் கொஞ்சமும் நிலைகுலையாத மாதிரி தன்னை ஆசுவாசப்படுத்திக் கொண்டு ஒலிபெருக்கியைத் தன் பக்கமிழுத்து,

"உன் பேரென்னம்மா?"

"கோமதி"

"என்ன படிக்கிற?"

"எம்.எஸ்.சி. பாட்டனி"

“என் கதைகள் நீ நினைக்கிறமாதிரி வாசிப்பின் ருசிக்கானது அல்ல. அது வாழ்வின் அவலத்தை அள்ளிக் கொண்டுவருவது. அதைப் படிப்பதற்கு நீ இன்னும் உன்னைக் கூர்மைப்படுத்திக் கொள்ளவேண்டும். ஒரு எழுத்தைச் சரியாகப் படிப்பதற்கே பயிற்சி வேண்டும்.”

“நீ சரியாக எழுது”

என் குரல் கோபத்தில் உயர்ந்தடங்கியது.

“உங்க பெயர்”

“பவா செல்லதுரை”

“நான் என்ன சரியா எழுதலன்னு சொல்லு?”

‘‘நான் இப்போது ஜி. நாகராஜனை, அசோகமித்திரனை, அம்பையை, சுந்தரராமசாமியைத் தொடந்து வாசிக்கிறேன். இப்படைப்புகள் எனக்குத் தரும் வாசிப்பனுபவத்தை உன்னுடைய ஒரு கதைகூடத் தரவில்லை. எப்படி வாசிப்பதென நீ எங்களுக்குச் சொல்லித் தராதே, எப்படி எழுதுவதென இவர்களிடமிருந்து நீ கற்றுக்கொள்.”

ரத்தம் கண்களுக்கேற,

“செல்லதுரை, நீ இனிமேல் பாலகுமாரனைப் படிக்காதே”

“இது எஸ்க்கேப்பிசம்” - கோமதி

இவ்வுரையாடல் அந்த அரங்கிலிருந்தவர்களுக்குப் பெரும் அதிருப்தியை அளித்தது. கூட்டத்தில் கலகம் செய்ய வந்திருக்கும் கலகக்காரார்கள் நாங்களென்றும், எங்கள் ஜோல்னா பைகளில் வெடிகுண்டுகள்கூட இருக்கலாமெனவும் முணுமுணுத் தார்கள். ஒரு வழியாக உலை கொதிப்பதற்கு முன் தீ அடங்கியது.

இரு பக்கமும் இன்னும் பேசித் தீர்க்க வேண்டிய மூர்க்கமான வார்த்தைகளின் மிச்சத்தோடேயே கூட்டம் முடிந்தது.

கூட்டம் முடிந்து பாலகுமாரன் என் அருகில் வந்து,

“உன்னோடு தனியே பேசணும்”

எனக் கிட்டதட்ட என் கையைப் பிடித்திழுத்தார். விக்டோரியா பள்ளியின் பின்பக்க மேல்மாடியில் கோபத்தில் புகையும் சிகரெட்டுடன் என்னை மிக அருகில் சமீபித்து,

"சொல் செல்லதுரை, நான் ஒண்ணுமேயில்லையா?"

"நான் அப்படி சொல்லலையே சார்,"

"இல்லை. அதைத்தான் நீயும் அந்தப் பொண்ணும் வேற மாதிரி சொன்னீங்க. சொல்லுங்க உங்களுக்கு யார் மேல கோபம்? என்ன வேணும் உங்களுக்கு? ஏன் நிசப்தமான உலகத்தைப் பார்த்துச் கூச்சலிடுகிறீர்கள்?'' என உக்ரமான குரலில் பேசிக்கொண்டே போனார்.

பாலகுமாரன் அப்போது புகழின் உச்சத்திலிருந்தார். தமிழ் வணிகப் பத்திரிகைகள் அவரைப் போட்டிபோட்டு சுவீகரித்து கொண்டிருந்தன. நான் ரொம்பச் சின்னப் பையனாக, கலக்கத்தோடு அவர்முன் நின்று கொண்டிருந்தேன்.

பேசிக் கொண்டே தன் முகவாயில் கைவைத்து அழுத்தி, பல் செட்டைக் கையில் எடுத்து வைத்துக் கொண்டு,

"எனக்கு இன்னும் நாப்பது வயசுகூட முடியல. டஃபே டிராக்டர் கம்பெனிப் போராட்டத்துல, 'பாப்பார நாயே'ன்னு போலீஸ்காரன் அடிச்சதுல ஒடைஞ்ச பல்லு."

"...................."

"எந்த அனுபவமும் இல்லாம ஒருத்தன் ஒரு நாவல் எழுதிற முடியுமா?"

இவ்வுரையாடல் நான்கு முழு சிகெரெட்டுகளை முடித்திருந்தது.

இருவருமே தணிந்திருந்தோம். துவங்குதலுக்கான முதல் சொல் இருவரிடமுமே தயக்கத்திலிருந்தது. சிகரெட்டின் நுனி நெருப்பு ஒரு கேரக்டர் மாதிரி எங்களுடனே அணையாமல் பயணித்தது.

என் கையிலிருந்த புத்தகமே எங்கள் மௌனம் உடைபடக் காரணமாயிருந்தது. பேச்சு சுழன்று, சுழன்று பிரமிளிடம் வந்து நின்றது.

“ப்ரமிளின் ‘தியானதாரா’ படிச்சிருக்கியா?”

“இல்லை. பார்த்ததுகூட இல்லை” இது நான்

‘‘அது ஒரு அற்புதமான சிறு புத்தகம் செல்லதுரை, சாது அப்பாதுரை என்கிற ஒரு துறவியைப்பற்றிப் பிரமிள் எழுதியிருப்பார். அதில் உங்கள் ஊரைச் சேர்ந்த விசிறி சாமியார் ஒருவரைப் பற்றியும்கூடச் சில பகுதிகள் வரும். ஐந்நூறு பிரதிகள் வாங்கி வைத்து நான் போகிற திருமணத்திற்கெல்லாம் கொடுத்திருக்கிறேன்”

என் கண்கள் விரிய,

“விசிறி சாமியார்னா யோகிராம் சுரத்குமாரா?” என்றேன்

“தெரியுமா உனக்கு? அவரைத் தெரியுமா?” என ஆர்வத்தின் நுனி நோக்கி பாலகுமாரன் வந்துகொண்டிருந்தார்.

‘‘சுரத்குமார் எனக்கு நல்ல நண்பர். நாம் பேசிக் கொண்டிருக்கும் இந்த ஸ்கூல் மாடியிலிருந்து பத்திருபது கட்டிடங்கள் தள்ளித்தான் அவர் இருக்கிறார்.”

“நீ உடனே என்னை அவரிடம் அழைத்துப் போகமுடியுமா?”

“நிச்சயமாக.”

அடுத்த பத்தாவது நிமிடத்தில் பெரிய தேருக்கருகில் நாட்டு ஓடுகள் வேயப்பட்ட, ஏற்கனவே எனக்குப் பழக்கப்பட்ட அந்த வீட்டின் முன் வாசலில் நாங்கள் நான்குபேரும் நின்றிருந்தோம்.

அவர்கள் மூன்று பேரின் முகங்களிலும் பக்தியும், பரவசமும் படிந்திருந்தது. ஒரு தெய்வ தரிசனத்திற்கான மனநிலை அவர்களிடம் இருந்தது. நான் இரும்புக் கம்பிகளிட்ட கேட்டில் கை வைத்து லேசாகத் தட்டினேன். அதற்காகவே காத்திருந்தவர் போல முதல் தட்டலுக்கே கதவைத் திறந்து வெளியே வந்தார். இருட்டிலும்கூட அவர் முகப் பொலிவின் ஒளி அவ்விடத்தில் ஒளிர்ந்தது. கையில் புகையும் சிகெரெட்டுடன் உற்சாக மனநிலையில் கதவைத்திறந்து, என் கைகளைப் பற்றி,

"வா பவா" வென அழைத்தார். என் தோள்மீது வாஞ்சையாகத் தட்டிக் கொடுத்து

"எப்படி இருக்கிற?" என ஆங்கிலத்தில் விசாரித்தார்.

வாசலில் நிற்கும் பாலகுமாரனையும், அவருடைய இரு மனைவிகளையும் அருகில் அழைத்து அவருக்கு அறிமுகப் படுத்தினேன்.

"இவர் பாலகுமாரன், தமிழில் புகழ் பெற்ற எழுத்தாளர். எல்லா பாப்புலர் பத்திரிகைகளிலும் இவர் கதைகள் தொடர்கதைகளாக வருகின்றன. உங்களைச் சந்திக்க வேண்டுமெனப் பெரும் ஆவலில் இருக்கிறார்" எனத் தொடர்ந்த என் பேச்சை இடைமறித்து,

"இந்தப் பிச்சைக்காரனை ஏன் பார்க்க வேண்டும்? எனக் கேட்டார்.

பாலகுமாரனை முழுவதுமாகத் தன் பார்வையால் குடித்திருந்தார் யோகி. அந்தப் பார்வையின் ஊடுருவலின் அதிர்வில் பாலகுமாரன் நிலைகுலைந்து கண்ணீர் விட்டுக் கொண்டிருந்தார். ஒன்றும் புரியாமல் நான் இருவரையும் மாறி, மாறிப் பார்த்துக் கொண்டிருந்தேன். என்னைப்பார்த்துத் தான் யோகி பேசினார்.

"பவா, இவ்விடத்தைவிட்டு இவரை உடனே போகச்சொல். இவரைச் சந்திக்க நான் விரும்பவில்லை. இப்பிச்சைக்காரனைத் தேடி இனிமேல் இவர் வரவேண்டாம்."

சொல்லிவிட்டு அடுத்த சிகெரெட்டைப் பற்ற வைத்துக் கொண்டு கைகளைக் குவித்துக் கஞ்சாப் புகையை இழுப்பது மாதிரி இழுக்க ஆரம்பித்துவிட்டார்.

தெருவில் போவோர் வருவோர் அங்கிருந்தே அவரை வணங்கியதும், கன்னத்தில் போட்டுக் கொண்டதும், சிலர் தரையில் விழுந்து வணங்கியதும் விநோதக் காட்சிகளாய் இருந்தன. ஏதோ ஒரு புராதனமான நகரத்தின் அகண்ட தெருவில் இக்காட்சிகள் திரையில் நடப்பது மாதிரியிருந்தன.

பாலகுமாரன் அவ்விடத்தை விட்டகன்றிருந்தார். யோகி அமர்ந்திருந்ததற்கு வெகு அருகிலிருந்த ஒரு திட்டில் நான் அமர்ந்து அவரையே பார்த்துக் கொண்டிருந்தேன். அவர் அவசரமாக வீட்டிற்குள்ளே போய் இரு ஆப்பிள் பழங்களோடு வந்தார். நான் எழுந்து நின்றிருந்தேன். விடை பெறுதலுக்கான நேரத்தின் உந்துதலை என் சரீரம் உணர்ந்தது.

இரு ஆப்பிள்களையும் என் கைகளில் புதைத்து,

"மை ஃபாதர் ப்ளஸ் யு பவா" என என்னை ஆசீர்வதித்தார். சற்றுமுன் நடந்த நிகழ்வுகளின் சிறு சலனம்கூட இன்றி, ஒரு குழந்தைமாதிரி சிரித்துக்கொண்டிருந்தார்.

கீற்று இணைய இதழ்

பேரொளியும் ஒரு துளியும்

தன்னைத் தேடித்தான் இந்த நகரத்துக்குத் தினம் பல்லாயிரக் கணக்கான மனிதர்கள் வருகிறார்கள் எனத் துளியும் கர்வமின்றி ஊரின் மத்தியில் ஓர் ஆத்மா மாதிரி வியாபித்திருக்கிறது மலை.

பச்சை மரங்களின்றி, நீருற்றுகளின்றி, கற்பாறைகளும், குகைகளும், குகைகளுக்குள் பரவியிருக்கும் இருட்டின் மூலையில் மௌனத்தில் உறைந்திருக்கும் சாமியார்களும், மஞ்சள் புதர்களுமே மண்டியிருக்கும் இந்த மலையில் அப்படி என்னதான் இருக்கிறது?

மலையைச் சுற்றிலும் வலம் வரும் மனிதரெல்லாம் தங்களின் விஞ்ஞான மூளையாலும், கலை மனதாலும், இம்மலையின் ரகசியத்தை, அது தனக்குள் புதைத்து வைத்திருக்கும் கோடானுகோடி அனுபவத்தை அறிந்துகொள்ளும் முயற்சியில் தான் அதைச் சுற்றியும், அதன் மீதேறியும், அதைப் புகைப்படங்கள் எடுத்தும், வரைந்தும், அதற்குள்ளேயே தங்கியும் முயற்சித்துக்கொண்டே இருப்பதாகத் தோன்றுகிறது. அதில் ஏதோ ஒரு துளியைக் கண்டடைந்ததாகப் பெருமகிழ்வு

கொண்டாடும் அவர்கள் மீண்டும் மீண்டும் அதை நோக்கியே பயணிக்கிறார்கள்.

திருவண்ணாமலை ஒரு சுற்றுலாத் தலம் இல்லை. ஒரு சுற்றுலாத் தலம் தன் விருந்தினர்களை வரவேற்று, மகிழ்வித்து, திருப்பி அனுப்பிவிடும். திருவண்ணாமலையோ விருந்தினர்களைத் தனக்குள் புதைத்துக் கொள்கிறது. தனக்காக உருக வைக்கிறது. தன் மடியில் நிரந்தரமாகப் பதுக்கிவைத்துத் தலைகோதுகிறது. மலை சுற்றும் பாதையெங்கும் பரவியிருக்கும் எங்கள் நிரந்தர விருந்தினர்களின் விதவிதமான வசிப்பிடங்களைப் பார்க்கும் ஊர்க்காரர்களுக்கு அது வியப்பாகவும், இந்த ஊரின் அளவிட முடியாத பெருமையின் பூரிப்பாகவும் இருக்கிறது.

கலைஞர்களும், ஓவியர்களும், எழுத்தாளர்களும் தங்களுக்காகக் கடவுளால் படைக்கப்பட்ட ஒரு புண்ணிய பூமியாக, திருவண்ணாமலையைக் கருதுவதற்கான காரணங்கள் நம் புரிதலுக்கும் அப்பாற்பட்டவை. பல்வேறு நாடுகளிலிருந்து வந்திருக்கும் புகழ்பெற்ற கலைஞர்கள், புகைப்படக்காரர்கள், ஓவியர்கள், எழுத்தாளர்கள் ஊரெங்கும் பரவியிருக்கிறார்கள்.

இந்தியக் கலைவெளியின் தனித்துவமிக்க மேதை ஓவியர் ஏ.பி. சந்தானராஜிடம் பேசிக்கொண்டு இருக்கையில், "என் இறுதி நாட்களை இம்மலையடிவாரத்தில் கழிப்பதற்காகவே இங்கு தங்கிவிட்டேன். என் உடல் அடக்கம் இப்பூமியில் நடைபெறுவதுதான் என் பாக்கியம்" என்கிறார்.

கிரீஷ் ஃபேலன், கனடா நாட்டுப் புகைப்படக்காரர். எழுபது வயதான கிரீஷ், திருமணம் செய்துகெள்ளாமல் உலகின் பல்வேறு நாடுகளிலும் சுற்றித் திரிந்து, ஒவ்வொரு நாட்டுக்குமான பிரத்யேக விஷயங்களைப் புகைப்படம் எடுப்பவர். ஸ்பெயினில் நதிகள், எகிப்தில் வீடுகள், இந்தியாவில் மனிதர்கள் என நீளும் அவரின் புகைப்படச் சுருள், இருபது ஆண்டுகளுக்கும் மேலாகப் பல்வேறு பருவநிலைகளில் திருவண்ணாமலையின் மலையை வித விதமான கோணங்களில் பதிவு செய்திருக்கிறது. குறைந்தது 300 விதமான மலைப்படங்கள் எடுப்பதற்குத் தன் வாழ்நாளின்

20 வருடங்களை இம்மண்ணில் கடந்திருக்கிறார் அவர். இந்த அர்ப்பணிப்பின் ஆழம் யாராலும் புரிந்து கொள்ள முடியாதது.

எல்லா சுற்றுலாத் தலங்களிலும் திடீரென வியாபிக்கும் வியாபாரக்கடைகள் ஒவ்வொரு பௌர்ணமியின்போதும் கிரிவலம் வரும் பாதையை அடைத்துக்கொள்கின்றன. ஒரு இரவு மழையில் அடித்துக்கொண்டுபோய்விடும் பாலிதீன் பைகளைப் போல இவை தற்காலிகமானவை.

பேரமைதியையும், பெருவாழ்வையும் வேண்டி வந்திருக்கும் வெளிநாட்டினர், இம்மலை சுற்றும் பாதையைச் சுற்றிலுமுள்ள கிராமங்களைச் சேர்ந்த கறுப்பு நிறப்பெண்களை மணமுடித்து, அவர்களோடு சைக்கிள்களிலும், ஸ்கூட்டர்களிலும் சுற்றி வரும் அழகு அலாதியானது. இப்பெண்கள் வெள்ளைக்காரக் குழந்தைகளையும், பெற்றெடுக்கிறார்கள். தன் கணவன் மார்களிடம் கற்றுக்கொண்ட அரைகுறை ஆங்கிலத்திலும் பேசி ஆச்சர்யமூட்டுகிறார்கள்.

எல்லாப் பெரிய நிகழ்வுகளும் இந்நகரத்துக்குள் ஆரவாரமின்றி எளிமையாகச் சாத்தியப்படுகின்றன. வெள்ளைக்காரர்களிடம் தங்கள் விவசாய நிலங்களை அதிக விலைக்கு ஆசைப்பட்டு இழந்து, அதே நிலத்தில் வாட்ச் மேன்களாகக் கைகட்டி நிற்கும் அடியண்ணாமலை, அய்யம்பாளையத்து சம்சாரிகள்தான் கலவரப்படுத்துகிறார்கள்.

மலை சுற்றி நடந்து முடிவடையாத தங்கள் ஆன்மீகத் தேடலின் நீட்சியாக ரமணர் மடத்திலும், சேஷாத்ரி ஆசிரமத்திலும், யோகிராம்சுரத்குமார் ஆசிரமத்திலும் தனிமையில் அமர்ந்து மனம் கசிந்து உருகும் ஆத்மாக்களை எப்போதும் பார்க்க முடியும்.

மலை சுற்றும் 13 கிலோமீட்டர் தூரப் பாதையில் உட்கார்ந்து, படுத்து, நடந்து, பித்துப்பிடித்து அலையும் சாமியார்களில் எத்தனைவிதமான மனித ஆளுமைகள்?

எழுத்தாளர் ஜெயகாந்தனுடன் அனல் வீசும் ஒரு மதியத்தில் மலைசுற்றும் பாதை மரத்தடியில் நிகழ்ந்தது ஓர் உரையாடல்...

பவாசெல்லதுரை

"நமக்குத் திருவண்ணாமலையை வேறொரு கோணத்தில் பிடித்திருக்கிறது. என் திருவண்ணாமலை வருகையில் நான் தவிர்க்க விரும்புவது கோயிலும், ரமணாஸ்ரமும், மலை சுற்றும்பாதையையும்தான்? என் விருப்பம் இதைச் சுற்றிலும் இருக்கும் சாதாரண மனிதர்களோடு பேசுவதும், என் நண்பர்களோடு குதூகலிப்பதும் மட்டுமே?" என்றார்.

ஒவ்வொரு வருடமும் கார்த்திகை மாதம் தீபம் ஏற்றப்படும் அந்த மாலை வேளை, மனித வாழ்வின் மகத்துவத்தை வேண்டி நிற்கும் ஒவ்வொருவரும் அடைய வேண்டிய அனுபவம். அது ஆன்மீகம் சம்பந்தப்பட்டது மட்டும்தானா எனத் தெரியவில்லை. மாலை ஐந்தரை மணியிலிருந்து அத்தனை லட்சம் மக்களும் பேச்சற்றுப்போய், மௌனத்தில் கரைந்து மலையையே பார்த்துக் கொண்டு இருக்கும் அந்த நிமிடங்கள், உலகின் எத்தனை பெரிய எழுத்தாளனின் உரைநடையிலும் கவிதையிலும் அடக்க முடியாதது.

ஒரு தீபஒளியின் தரிசனத்துக்காகக் காத்திருக்கும் மனிதக் கண்களின் பேரின்பத்தை எந்த கேமரா துல்லியமாகப் பதிவு செய்துவிட முடியும்?

சென்ற மாதம் எழுத்தாளர் திலகவதி, இறந்துபோன தன் தந்தையின் நினைவாக, மலை சுற்றும் பாதையில் வியாபித்திருக்கும் துறவிகளுக்குக் காவி வேட்டிகளும் துண்டுகளும் தந்தார். சாமியார் உருவில் அங்கு இருந்த மனித ஆளுமையில் கவரப்பட்டு அவர்களில் ஒருத்தியாகக் கரைந்துவிடவே மனம் இந்நிமிடம் குவிகிறது எனத் தன் கண்களின் ஈரத்தைத் துடைத்துக் கொண்டார்.

இந்நகரம் ஒவ்வொருவரையும் ஒவ்வொருவிதத்தில் சலனப்படுத்துகிறது. தன் பூர்வீகத்தைச் சுவீகரிக்க வைக்கிறது. மனிதத் துயரத்தை வடித்தெடுக்கிறது. கண்ணீரை உறிஞ்சி பேரானந்தத்தைக் கொடுத்தனுப்புகிறது. ஒவ்வொரு பௌர்ணமிக்கும் வந்து மலைசுற்றிப் போகும் மனிதர்கள், சுற்றிலும் நடக்கும் வியாபாரங்களில் மனச்சாய்வு கொள்ளாமல், கடவுள் நம்பிக்கை உண்டோ இல்லையோ, மன ஒருமுகத்தோடு

இதன் பேரனுபவத்திலிருந்து ஒரு துளியைப் பெற்றுவிட முயல்கிறார்கள்.

*"யாராவது ஞாபகப்படுத்துங்களேன்
பௌர்ணமி என்பது
நிலவோடு சம்பந்தப்பட்டது
என்பதையாவது."*

என்ற என் மன இரைச்சல் எனக்கு மட்டுமே கேட்கிறது.

ஆனந்த விகடன்

மாயலோகம்

அபுல் கலாம் ஆசாத்

வம்சி புக்ஸ் ஆரம்பித்து அதன் முதல் புத்தக வெளியீட்டு விழாவைத் திருவண்ணாமலை டேனிஷ் மிஷன் மேல்நிலைப்பள்ளி மைதானத்தில் பெரும் வாசகர்களின் பங்கேற்புடன் நடத்தினோம். சிறப்பு அழைப்பாளர்களாக எழுத்தாளர் ச.தமிழ்ச்செல்வன், இயக்குனர் பாலுமகேந்திரா, எழுத்தாளர் திலகவதி, ஒளிப்பதிவாளர் பி.சி.ஸ்ரீராம், இவர்களோடு அபுல்கலாம் ஆசாத் என்ற அந்தப் புகைப்படக் கலைஞன். அழைப்பாளர்கள் எல்லோரும் லேசான மழைத்தூறலினூடே அந்தப் பரந்த மைதானத்தில் நின்று பேசிக் கொண்டிருக்கும்போது அபுல் ஒரு ஆட்டோவில் வந்திறங்கினான். எல்லோருமே ஒரு வித ஆச்சர்யத்தோடு அவனைப் பார்க்கிறார்கள். நீண்டு வளர்ந்த சுருள் முடியை இறுக்கி ரப்பர் பேண்ட் போடப்பட்டுள்ள குடுமி, சிகப்புக் கல் பதித்த கடுக்கன், கழுத்தில் தொங்கும் ஒற்றை ருத்ராட்ச கொட்டை மாலை, நல்ல அரக்குக் கலரில் ஒரு நீண்ட ஜிப்பா, இதோடு தி.மு.க. கரை போட்ட வேட்டி.

கூடியிருந்த படைப்பாளிகளுக்கும், வாசகர்களுக்கும் ஏதோ ஒரு மர்மச் சிரிப்பும், ஆச்சர்யமும் துளிர்த்த கணமது. நான் அபுலின் கைகளைப் பிடித்து வரவேற்று, அந்த வேட்டியைப்பற்றி விசாரித்தேன். ஒரு பெரும் ஆரவாரத்தோடு அது நேற்று திருவண்ணாமலையில் தான் வாங்கியதென்றும், வெள்ளை வேட்டிக்குக் கறுப்பு, சிவப்பு கலர்வைத்த கரை ரொம்ப அழகென்றும் விவரிக்க, நான் அது தமிழ்நாட்டில் ஒரு குறிப்பிட்ட அரசியல் கட்சியினர் கட்டும் வேட்டியென்று விளக்க, அவசர அவசரமாய் வந்த ஆட்டோவிலேயே தன் அறைக்குத் திரும்பிப்போய் அடுத்த அரை மணி நேரத்தில் இன்னொரு புது வேட்டியுடன் திரும்ப வந்தான். அதற்குள் நிகழ்ச்சி துவங்கி விட்டது.

''இது பரவாயில்லையா பவா, இதுவும் நல்ல கலர் காம்பினேஷன்" என்று குதூகலித்த அந்த நிமிடத்தை அப்படியே தக்க வைக்க நினைத்து மேடையில் அமர வைத்தோம். ஆனால் அது பா.ம.க. கட்சிக் கரை வைத்த வேட்டி.

ஒரு கள்ளம் கபடமற்ற கலைஞனின், பின் விளைவுகள் பற்றிய எந்தக் கவலையுமற்ற இந்த மனதோடுதான் நான் அபுலைப்பற்றிய என் பழைய ஞாபகங்களைப் பதிய விரும்புகிறேன்.

சுற்றி நீரால் சூழப்பட்ட ஃபோர்ட் கொச்சின். தெருவின் இருபக்கங்களிலும் வியாபித்துள்ள கட்டிடங்களின் கம்பீரத்தைத் தான் அவர்கள் மட்டாஞ்சேரி என்றழைக்கிறார்கள். பழமை மாறாத அந்த உயர்ந்த கட்டிடங்களுள் ஒன்றில்தான் அபுலின் மாயலோகம் ஸ்டுடியோ. கற்சிலைகளுக்குக் கதம்பமாலையிட்ட அதன் உள்அலங்காரமும், அச்சுவரெங்கும் மாட்டப்பட்டுள்ள ப்ளாக் & ஒயிட் புகைப்படப் பழமையும், சாதாரண சேர், டேபிளை நிராகரித்து, முற்றிலும் வேறு மாதிரி வடிவமைக்கப்பட்ட இருக்கையையும் மீறி, அந்த விசாலமான அறையெங்கும் ஒரு நூற்றாண்டுக்கு முன்னாலான தனிமையும், பழமையும் படிந்திருந்தது.

அபுலின் நிறுவனத்தின் பெயர் மசாலா கம்பெனி. பச்சைக் காம்பில் பழுத்திருந்த மிளகாய்ப் பழம்தான் அதன் சிம்பல். அந்த

விசாலமான ஹாலின் ஆளுயர ஜன்னல்களைத் திறந்தால் நம் கண்ணுக்கெட்டின தூரம்வரை கடலின் வெண்மையும், நீலமும் புரளும் ஆர்ப்பரிப்பு.

அங்கு, நான் என் கதையொன்றை வாசிக்க அழைக்கப் பட்டிருந்தேன். நாற்பது, ஐம்பது வெளிநாட்டுக்காரர்கள் உட்கார்ந்திருந்தார்கள். சிகரெட் புகை அந்த அறையில் நிரம்பி மட்டாஞ்சேரி பஜாரில் இறங்கிக் கொண்டிருந்த சாயங்காலமது. ஒரு நிகழ்விற்கான துளி பதட்டமுமின்றி அபுல் என்னைக் கட்டி அணைத்து, அறிமுகப்படுத்தி என் சிறுகதையொன்றை வாசிக்க வேண்டினான். அறையின் ஓரம் அவர்களே தயாரித்த ரெட் ஒயின் நிரப்பப்பட்ட பாத்திரம் நிரம்பி வழிந்து கொண்டிருந்தது. நான் அதுவரை பார்த்தறியாத அழகிய யுவதிகள் வெவ்வேறு அளவிலான உடைகளோடு ஒயின் போதையை ஒன்றுமில்லாமல் ஆக்கிக்கொண்டிருந்தார்கள். கொண்டாட்ட மனநிலையின் உச்சமான மௌனம் அது. நான் என் ‘‘ஓணான்கொடி சுற்றிய ராஜாம்பாள் நினைவுகள்’’ கதையைத் தமிழில் வாசிக்கிறேன். அம்மனநிலையைக் கொஞ்சமும் சிதையவிடாமல் என் நண்பர் ஆனந்த் ஸ்கரியா அதை அழகாக ஆங்கிலப்படுத்துகிறார். மாயலோகத்தின் இடைவெளி சுருங்கி இரவின் அடர்த்திக்கு வழிவிடுகிறது. இச்சூழலில் கரைய விரும்பும் ஒரே படைப்பாளி என நான் கருதிய கோணங்கிக்கு அங்கிருந்து பேசினேன். அடுத்த பத்தாவது மணி நேரத்தில் கோணங்கி மழையில் நனைந்து கொண்டே மாயலோகத்திற்குள் பிரவேசித்தான்.

மாயலோகத்தின் சுவர் எங்கும் வியாபித்திருந்த பிளாக் & ஒயிட் என்று தலைப்பிடப்பட்டு கொடுங்கல்லூர் கண்ணகி கோவில் திருவிழாவில் அபுலால் எடுக்கப்பட்ட புகைப்படங்களின் உக்கிரத்தில் நிலைகுத்தி நின்றான் கோணங்கி. ‘ஈறடிக்கு நாலடி’ என்ற நம் ஊர் வாசல் கதவு அளவுள்ள சட்டங்களில் பிரேம் செய்யப்பட்ட அடர்பச்சையும், வெள்ளையும், கலந்து எடுக்கப்பட்ட அமானுஷ்யமான புகைப்படங்கள் அவை. அமெரிக்கப் பத்திரிகை ஒன்றின் அசைன்மெண்ட்டுக்காகக் கொடுங்கல்லூர் கண்ணகி ஆலய வெளியில் மழையில்

படுத்துறங்கி, 1000 க்கும் மேற்பட்ட படங்களைத் தன் கேமராவுக்குள் புதைத்து வைத்திருந்தான் அபுல்.

அதிலிருந்து ஒரு படத்தை அச்சந்திப்பின் நினைவாகப் பெற்று, தன் ‘பிதிரா’ நாவலின் அட்டைப்படத்திற்குக் கோணங்கி பயன்படுத்திக் கொண்டான். கோவில் வளாகமெங்கும் குவித்து வைத்திருந்த கழுத்தறுபட்ட கோழித் தலைகளும், சட்டை அணியாத வெற்று முதுகோடு கண்ணகியை நோக்கி வணங்கும் உரமேறிய உடம்புகளும், கையில் அரிவாளோடும் கடித்த உதடுகளோடும் சினமேறிய பெண்களின் முகங்களும் நாம் எங்கும் காணக்கிடைக்காத பொக்கிஷங்கள்.

அபுலின் படைப்பியக்கம் அலாதியானது. காட்டாற்றின் சத்தத்தையும், அமைதியையும் அடுத்தடுத்து உணர முடிவது. பல ஐரோப்பிய நாடுகளிலிருந்தும் இளம் பெண்கள் பலர் அவனைத் தேடி வந்தவண்ணம் இருந்தனர். அவர்களோடு அவன் கழித்த நாட்கள் நீரின் சுழிப்பு மாதிரியானது. அதை நாம் பிடித்து நிறுத்த முயலும் அவசரத்திலேயே அது கலைந்து மறையும்.

தன் கேமராவை அவன் ஓர் உயிருள்ள ஜீவனைப் பற்றியிருப்பது மாதிரியே தன்னோடு எப்போதும் பற்றியிருப்பான்.

பாபர் மசூதி இடிப்பிற்குப்பின் தேசம் முழுவதும் நிலவிய பேரமைதியை அவன் படமாக்கிய உந்துதலே என்.எஸ்.மாதவனின் ‘ப்ளூபென்சில்’ என்ற சிறுகதை. மாதவனின் “லந்தன் பத்தேரியின் லுத்தீனியாக்கள்” என்ற நாவலில் அபுல் ஒரு தனி கதாபாத்திரமாகவே சித்தரிக்கப்பட்டுள்ளான். ஃபோர்ட் கொச்சினில், கடலலை சீறும் தருணங்களும், அடர் மழைப் பொழிவின் இரவுகளும், பெருமரங்கள் உதிர்ந்து துளிர்க்கும் பருவங்களும் அபுலின் கேமராவுக்குள் அடைக்கலம் தேடி ஒளிந்து கொள்கின்றன. அவன், இரத்தக் கவிச்சியோடு பிறந்த குழந்தையின்மீது புரளும் பிரசவ மயக்கம் தெளியாத தாயின் பரிவுமிக்க விரல்களின் ஸ்பரிசம் மாதிரி அவற்றைத் தன்னுள் புதைத்துக் கொள்கிறான்.

எனக்குப் பரிசளிக்க வேண்டி திருவண்ணாமலையில் ஆண்டிற்கு ஒரு முறை மலையடி வாரத்தில் நடக்கும் குதிரைச்

சந்தையின் பின்னணியில் திருவண்ணாமலை மலையை அபுல் பதிவு செய்திருப்பது பிரத்தியேகமானது.

அபுல், கலர் படங்கள் எடுத்து நான் பார்த்ததில்லை. தன் புகைப்படங்களுக்கென்று தனி வரையறைகளை அவன் வகுத்து வைத்துள்ளான். டிஜிடல் கேமிரா -வை அவன் தொடுவதில்லை. பிலிம் போட்டு எடுத்த படங்களைக் கழுவி முடித்து பிரிண்ட் போடுவதற்குமுன் ஆணியால் பிலிமைக் கீறுகிறான். அதன் அழகியலைச் சிதைக்கிறான். புகைப்படங்களின் ஆகச் சிறந்த நேர்த்தி அவனுக்கெதிரானவை. அது அவனுக்கொரு போராடும் கருவி. யுத்தகளத்தில் துள்ளும் ஆயுதத்திற்கு எதற்குப் பூ அலங்காரம்?

எதிர் கொண்டெழும் பேரலைகளைப் பார்த்து, கடற்கரை மணலையும் தாண்டிய ஓட்டமல்ல அபுலின் வாழ்வு. அது ஒரு கலைஞனுக்கான பிரத்தேயகமானது, வெளிப்படையானது. பெரும்பாலான தமிழ்க்கலைஞர்களை எப்போதும் பொறாமைப் படுத்தும் அபுலின் கொண்டாட்ட வாழ்வு. நான் ஒவ்வொரு முறை சந்திக்கும்போதும் அபுல் ஒரு புது ஸ்நேகிதியை அறிமுகப் படுத்துவான். பெரும்பாலும் வெளிநாட்டுப் பெண்கள். அவன் படைப்பின்மீதும் ஆளுமையின்மீதும் அப்பெண்கள் அடைந்த பரவசத்தையும், உன்மத்தத்தையும் பார்த்து 19. டி.எம். சாரோனுக்குக் கேட்காதவாறு பெருமூச்சு விட்டிருக்கிறேன்.

அபுலுக்குத் தமிழ்நாட்டில் மிகப் பிடித்த மனிதர் எம்.ஜி.ஆர். எம்.ஜி.ஆரின் சினிமா போஸ்டர்களை மட்டும் புகைப்படங் களாக்கி ஒரு தனி ஷோவே நடத்தியிருக்கிறான். மட்டாஞ்சேரியின் பின் இரவு உறக்கத்தில் எம்.ஜி.ஆரின் சினிமாப் பாடல்களை உரக்கப் பாடி கடலலைகளைக் கலவரப்படுத்துவான். அவன் செல்போனின் ரிங்டோன் "பொன்மகள் வந்தாள், பொருள் கோடி தந்தாள்" தான். தன்னை ஒரு மலையாளி என்றோ, முசல்மான் என்றோ ஒரு விநாடிகூட உணராதவன். வாழ்விற்கும் படைப்புக்குமான இடைவெளியென ஒரு அங்குலத்தையும் அவன் அனுமதித்ததில்லை.

சமீபத்தில், தன் காதல் மனைவியோடு என் வீட்டிற்கு மதிய உணவிற்கு வந்திருந்தான். பெரும் குடும்பப் பொறுப்பேறியிருந்தவன் மாதிரி சாப்பிட்டு முடிக்கும்வரை நடித்துக் கொண்டிருந்தான். அந்தப் பெண்ணை அபுல் காதலித்துக் கொண்டிருந்தபோதே நானறிவேன். அவன் புகைப்படங்களின் வசீகரத்துக்குப் பரிசாக கிடைத்த ஒரு ஈரானியப் பேரழகி. ஃ பிலிம் எடிட்டர். அவ்வப்போது வாங்கப்பட்ட அவனுக்கான விலையுயர்ந்த ஒயின் பாட்டில்களோடு அவள் இந்தியா வந்திறங்குவாள். இப்போது அவர்களுக்கு மூன்று வயதில் ஒரு பையன் இருக்கிறான். அன்று வீட்டில் துருதுரு கண்களோடு அங்குமிங்கும் அலைந்து கொண்டிருந்த அந்தப் பையனைப் பிடித்து அவனை எனக்கு நேராக நிறுத்திக் குனிந்து கேட்டேன்,

"உன் பேரென்ன?"

"நாராயணன் ரஹ்மான்"

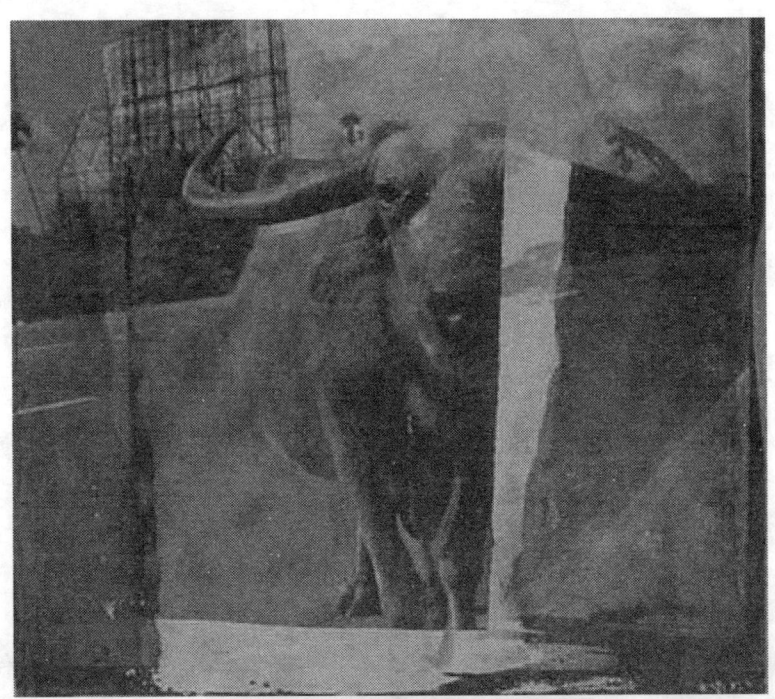

அபுல் புகைப்படங்களில் சில

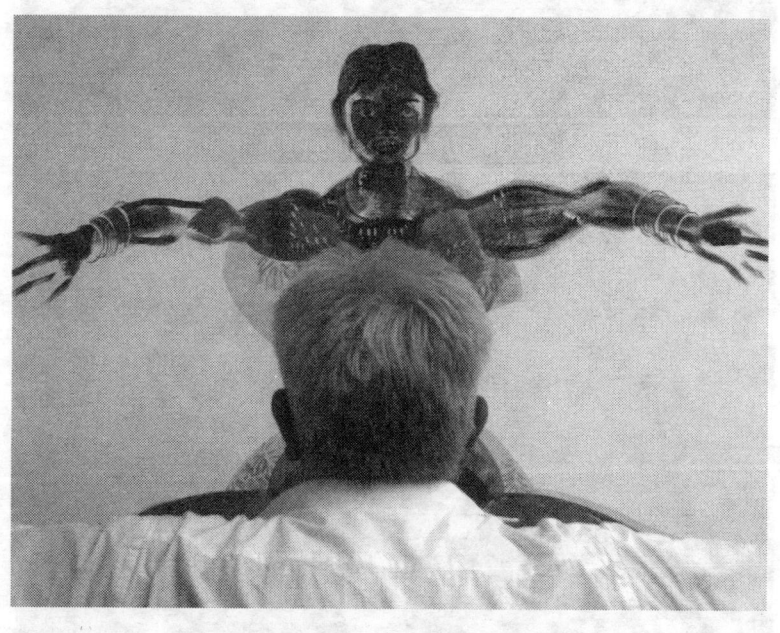

லட்சுமியை வரையும் ஓவியர் சந்ரு

துக்கத்தின் தேவதை

லட்சுமி

திருவண்ணாமலையிலிருந்து பத்து கிலோமீட்டருக்கும் அப்பால், சு.வாளவெட்டி என்கிற ஒரு கிராமத்தில் இறங்கி, யாரை விசாரித்தாலும் பாட்டுக்கார லட்சுமியை அடையாளம் காட்டுவார்கள். அவரை விசாரிக்கும்போதே எவர் முகத்திலும் ஒரு புன்னகை வந்து போகும். ஐம்பதிலிருந்து ஐம்பந்தைந்துக்குள் இருக்கும் லட்சுமி அம்மாவிற்கு வாளவெட்டி சொந்த ஊரோ, கட்டிக் கொடுத்த ஊரோ இல்லை. ஏதோ ஒரு ஊர். அந்த ஊரிலேயே இப்போதிருக்கும் சீமைஓடு போட்ட வீடு நான்காவதோ, ஐந்தாவதோ.

ஊர் பற்றியோ, வசிப்பிடம் பற்றியோ, தொழில் பற்றியோ, சாப்பாடு பற்றியோ, பட்டினி பற்றியோ கவலையின்றித் தனக்குத் தெரிந்த பாடல்களைத் தன் கரகரத்த குரலில் பாடி அதன் வீரிய விதைகளை இம்மாவட்டம் முழுக்க விதைத்து வைத்திருக்கிறார். ஏதோ ஒரு வீட்டில் நிகழும் மரணம் லட்சுமியை அந்த இழவு வீட்டுக்கு அழைக்கிறது. பெரும் குரலெடுத்து, மாரடித்து கண்ரப்பைகள் வலிக்க அழுது தன் துக்கத்தைத் தன் சக

மனுஷிகளுக்கு மாற்றுகிறார். ஜாதி, மதம் அழியும் அந்த நிமிடங்கள் மிக முக்கியமானவை.

லட்சுமியின் சொந்த ஊர், புதுப்பாளையத்திற்குப் பக்கத்தில் மூலக்காடு. வறுமை தின்று தீர்த்த மிச்சங்களாக அவர்கள் வீட்டில் நான்கு பெண்கள். வயல் வேலைகளில், அத்தனை பணிகளும் அவளுக்குப் பதினைந்து வயதுக்குள்ளேயே அத்துப்படி. ரொம்பச் சின்ன வயசிலேயே யாரோ ஒருவனுக்குக் கட்டி வைத்துக் கடமையை முடித்துக் கொண்ட பெற்றோர்கள். அவன் நல்லவனில்லை. அவன் தொழில் சாராயம் காய்ச்சுவது. தூரத்து மலையடிவார மரநெருக்கத்துப் புகை அவன் இருப்பை அவளுக்குச் சொல்லும். வாழ்தலுக்கான நெருக்கடியில், தன் சொந்த விருப்பங்களைப் பொசுக்கிப் போட்டுவிட்டு, சாராயம் காய்ச்ச, அழுகிய வாழைப்பழத்திலிருந்து குப்பையில் கிடக்கும் பேட்டரி வரை பொறுக்கித் தன் கணவனுக்கு அன்பு செய்தாள். அவன் வடித்தெடுக்கும் திரவத்தை மற்றவர்களுக்கு மொண்டு கொடுத்துப் பணிவிடை செய்தாள். குடிவெறியின் தொடுதல் களையும், சீண்டல்களையும் அருவருப்போடு அனுமதித்தாள்.

அவன் காய்ச்சிய சரக்கை முதலில் அவனே ருசி பார்த்தான். அதன் அதீத ருசியால் தன்னைப் பறிகொடுத்து, அதற்குள்ளேயே மூழ்கிக் கிடந்தான். குடும்பம், மனைவி, குழந்தைகள் எல்லாமும் அவன் ஞாபகத்திலிருந்து அகன்றிருந்தன. காலத்தின் குரூரம் அவளை ஒரு விஷக் கொடிபோலச் சுற்றியிருந்த போதிலும், ஏதோ ஒரு நம்பிக்கையில் எதற்கோ காத்திருந்தாள். எதுவும் நிகழவில்லை. தன் மௌனத்தைத் தானே கலைத்து, வடிசலில் வழித்திருந்த சாராயப் பானையை எட்டி உதைத்துக் கவிழ்த்தாள். ஒரு பெருங்கல்லெடுத்து, அதன்மீது போட்டு அதை சுக்குநூறாக்கித் தன் வெறியைத் துப்பினாள்.

இடுப்பில் ஒன்றும் கையில் ஒன்றுமாய்த் தன் குழந்தைகளைத் தூக்கிக் கொண்டு, அந்த மலையடிவார கிராமத்தைத் திரும்பிப் பார்க்கவும் திராணியற்று நடந்தாள். அதன்பிறகு சு.வாளவெட்டியே அவள் வசிப்பிடம். தனக்குக் கிடைத்த அதீத

சுதந்திரத்தைத் தன் மனம் போனபோக்கில் துயரத்தோடு அனுபவித்தாள்.

அன்னக்கூடையில் மாட்டுக்கறி எடுத்துப் புதுப்பாளையம் சந்தையில் கூவிக்கூவி விற்றாள். தன் குரலின் வலிமை இன்னும் இரண்டு நாட்களுக்குத் தன் குழந்தைகளின் வயிற்றை நனைக்குமென்ற உறுதியிருந்தது.

கறி விற்பதைவிடக் காய்கறி விற்பது இன்னும் கொஞ்சம் கவுரவமெனக் கணக்குப் போட்டாள். சுட்டெரிக்கும் வெயிலில் காய்கறிகள் கொட்டி, தனக்கேயுரிய ராகத்தோடு கூவிக்கூவி விற்று, சந்தையைக் கலகலப்புக்கும் தன் சகவியாபாரிகளைக் கலக்கத்துக்கும் உட்படுத்தினாள். தன் பக்கத்து வீடுகளில் நடந்த மரணங்கள் அவளுக்குள் ஒரு ஊசி மாதிரி இறங்கி வலிக்க ஆரம்பித்தன. தனக்குள் தேங்கிப் போயிருந்த இந்த வாழ்வின் பெரும் துக்கம் பாடல்களாக உடைப்பெடுத்தது. அவள் குரல் பல மைல்களை அநாவசியமாகக் கடந்தது. அவள் பாடல்களில் புதைந்திருந்த சோகம் யாரையோ பறிகொடுத்து நின்ற குடும்பத்துக்குத் தேவையாய் இருந்தது. இரவு, பகல் எந்நேரமும் சாவு வீட்டிலிருந்து அவள் குரல் தேடி ஆள் வரும். பஸ்ஸோ, லாரியோ, சைக்கிளோ எந்த வாகனமும் எந்த அகாலத்திலும் அவளைச் சுமந்து கொண்டு போனது.

மரண வீடுகளில் தங்கள் பெரிய மேளங்களால் முழங்கிய 'பாப்பம்பாடி ஜமா' தோழர்கள் அவளுக்குச் சிநேகிதர்களானார்கள். அவர்கள் எல்லோரையும் கண்ணுக்குத் தெரியாத வாழ்வின் ஏதோ ஒரு கண்ணி இறுக்கிக் கட்டியிருந்தது. அவர்களின் பறை முழங்கும் சத்தத்திற்குத் தன் இரண்டு கால்களிலும் சலங்கை கட்டி ஆட்டம் போட்டாள். ஒரு மரணத்திற்கான மொத்தக் கண்ணீரையும் ஒரு அணைக்கட்டு மாதிரி தனக்குள் தேக்கி, கொஞ்சம் கொஞ்சமாகக் கசிய விட்டாள்.

மரணவீடுகளில் அவள்மீது வீசியெறியப்படும் ரூபாய் நோட்டுகளைப் புழுதியிலிருந்து எடுத்துத் தன் இடுப்புக்குள் சொருகினாள். அவமானப்படுதலிலேயே அமிழ்ந்திருந்த இந்தக்

குடும்பத்திலிருந்தும் குழந்தைகள் படித்தார்கள். பிணவாடை வீசும் ரூபாய் நோட்டுகளில் அந்தக் குழந்தைகளுக்கு நோட்டு புத்தகங்கள் வாங்கித் தந்தாள்.

தன் கடமை முடிந்ததாகக் கருதிய கணம், தன் பிள்ளைகளிடமிருந்து விடை பெற்றாள். அந்தக் கிராமத்து கட்டிக் முடிக்கப்படாத குடிசையும், உதிர்ந்துபோன ஓட்டு வீடும் அவளைத் தன்னில் வசிக்கப் பாசக்கரம் நீட்டி அழைத்தது. தன்னை நோக்கி நீளும் கரங்களுக்குள் தன்னை ஒப்புவித்து, எச்சில் ஒழுகச் சிரிக்கும் குழந்தை மாதிரி அதற்குள் அடைக்கலமானாள்.

சு.வாளவெட்டி கிராமத்தில், தன் வீட்டுக்குப் பக்கத்திலேயே வியாபித்திருக்கும் அந்தப் பெரிய ஆலமரமும், அதன் பிரமாண்ட நிழலில் வசிக்கும் நூற்றுக்கணக்கான குரங்குகளும்தான் அவளுக்குத் தற்போது நெருக்கமான ஸ்நேகிதர்கள்.

மூட்டை மூட்டையாகக் காய்கறிகளையும், வெங்காயத்தையும் தலையில் சுமந்து தனி மனுஷியாகப் பேருந்தின் மேலேற்றிய பலமான உடல்வாகும் மனமும் இன்னமும் அப்படியேதான் இருக்கிறது.

அகால இரவுகளில் பெருங்குரலெடுத்துப் பாடி தன் தனிமையைக் கரைக்கும் லஷ்மியின் குணத்தையும் மனதையும் நாம் படிப்பதற்கு, அவள் தினம் தினம் தான் சம்பாதிப்பதில் பாதி ரூபாய்க்கு, அதிகாலையிலேயே இட்லிகளை வாங்கி ஒரு தாம்பாளத்தட்டில் வைத்து அக்குரங்குகளைச் சாப்பிட வைத்து அழகு பார்க்கும் விதமே போதும்.

தன் கணவன் தன்னை மலையடிவாரத்தில் சாராயப் பானைகளோடு விட்டுவிட்டுப் போனபிறகு அவளுக்குப் பல ஆண்களோடு ஸ்நேகிதம் உண்டு. ஆனால் அது மனரீதியான உறவல்ல. தன் மன வலியை, இன்னொரு வலி மூலம் பழி தீர்த்துக் கொள்ளும் பகைமை.

ஊரார் துயரத்தையெல்லாம் தன் பாடல்கள் மூலம் துடைத்த லஷ்மியின் மரணத்திற்கு இவர்கள் யாரும் வரப்போவதில்லை.

அவள் மரணம் இவர்கள் யாருக்கும் அறிவிக்கப்படக்கூடப் போவதில்லை.

கடவுளே,

நான் இந்த தேசத்தின் எந்தத் திசையிலிருந்தாலும் வேட்டை நாய்களின் துரத்தல்களிலேயே தன் வாழ்வைக் கழித்த அந்தப் பாட்டுக்காரியின் பாதங்களில் கொஞ்சம் பன்னீர்ப்பூக்களை என் கைகளால் கொட்டும் பாக்கியத்தைத் தா.

நேஷனல் டுடே

குரல் விற்றுப் பிழைக்கத் தெரியாத கலைஞன்

சுகந்தன்

எந்தச் சட்டத்துக்குள்ளும் அடைக்க முடியாமல் அவன் திமிறிக் கொண்டேயிருந்தான். ஒரு பாடகனுக்கென வரையறுக்கப் பட்டிருந்த உன்னத வரைமுறைகள் எதையும் அநாவசியமாக உதறித் தள்ளினான். ஆனாலும் அவன் தொண்டைக்குள் புல்லாங்குழல்களால் கூடு கட்டி ஒரு குயில் நிரந்தரமாக வசித்துக் கொண்டேயிருந்தது.

தமிழக இடதுசாரி மேடைகளை அவன் தன் குரலால் வசியப்படுத்தியிருந்தான். ஒரு வன்முறையாளனைப் போல மேடையேறி, ஒரு குழந்தையைப் போல தன் குரலால் கொஞ்சுவான். முறைப்படி இசை கற்க அவன் எடுத்த முயற்சியை மூன்றே நாட்களில் அவனே நிராகரித்தான். யாரும் எளிதில் அணுகிவிட முடியாதபடியான ஒரு முரட்டு பாவனையைப் பிடிவாதமாய்க் கடைப்பிடித்து, அதில் தோற்றுக் கொண்டே இருந்த பச்சைக் குழந்தை சுகந்தன்.

பெருங்காற்றில் உதிர்ந்து போகும் சருகென அவனை நண்பர்கள் துயரத்தோடு எதிர்பார்த்த நிமிடங்களில், அதே

மரத்தில் ப்ரவுன் கலரில் துளிர்க்கும் இலையாகி எல்லோரையும் ஆச்சர்யப்படுத்துவான். மாறி மாறி நடந்த இந்த உயிர்ப்பு விளையாட்டில் சென்றவாரம் அவன் தோற்றுப் போனான்.

சினிமாப் பாடல்களுமின்றி, கிராமியப் பாடல்களுமின்றி அவன் தனக்கென 500க்கும் மேற்பட்ட பாடல்களை சேகரித்து வைத்திருந்தான். பரிணாமன், நவகவி, மகாகவி பாரதி, ரமணன் ஆகியோரின் வரிகளோடு, குவார்ட்டர், குவார்ட்டராய் அவன் காலி செய்த பாட்டில்களுக்கும், உறிஞ்சின மீதியாய்ச் சிதறிக் கிடந்த சிகரெட்டுகளுக்கும் மத்தியில் அவன் கரைத்த இரவுகளில் கண்டெடுத்த மெட்டுகளில்தான் நாம் இதுவரை பல இலக்கிய மேடைகளில் கரைந்தது, அழுதது, சந்தோஷித்தது எல்லாமும்...

பாடுவதற்கு நல்ல மேடை, சக்திவாய்ந்த ஒலிபெருக்கி, உடன் வாசிப்பதற்கு சரியான கலைஞர்கள் இதெல்லாம் அவன் எதிர்பார்த்ததில்லை. சில நண்பர்கள் போதும், மனதுக்குப் பிடித்த ஒரே ஸ்நேகிதி போதும் பாடிக்கொண்டே இருப்பான். தன் பாடல்கள் அவர்கள்மீது நடத்தும் வன்முறையை உள்ளூர ரசித்தவனாக அடுத்த பாடலுக்குத் தாவுவான்.

எந்தப் பெரிய அங்கீகாரத்தையும் யாரிடமிருந்தும் எப்போதும் எதிர்பார்த்ததில்லை. பாடுவதன்றி மற்றதெல்லாம் தன் வேலையில்லை என்பது ஒரு தவம் மாதிரி அவனிடம் தங்கியிருந்தது. எத்தனை பெரிய பாராட்டுகளையும், ஒரு அழுத்தமான கைக்குலுக்கலுக்கு மேல் அனுமதித்தவனில்லை. திரைப்பட மோகம், இசை ஆல்பங்களின் மேல் சாய்வு என்று எதிலும் தன்னை ஒப்புக்கொடுக்காத கலைஞன். குரல் விற்றுப் பிழைக்கத் தெரியாத அந்தக் கலைஞனின் குரலைத்தான் போன வாரம் ஈவிரக்கமின்றிக் காலம் காவு வாங்கியது.

புது விசை

Impossible Friend

யோகிராம் சூரத்குமார்

சந்திப்பு - 3

எங்கள் மூன்றாவது சந்திப்பிற்கிடையே ஆறுமாதங்கள் கடந்திருந்தன. இதற்குள் காட்சிகள் மாறி, மனிதர்கள் மாறி, பருவநிலைகளும் மாறியிருந்தன. வெயிலடித்த மார்ச் மாதம் அது. அவரைச் சந்திப்பதற்காகச் சன்னதித் தெரு வீட்டு வாசலில் நிற்கிறேன். காசியை யோகி வெளியேற்றக் காரணமாக இருந்த அந்த இரும்புக் கேட்டைப் பிடித்துக் கொண்டு உள் முற்றத்தை ஊடுருவினேன். ஆண்களும் பெண்களுமாகப் பத்திருபது பேர் சுற்றிலும் அமர்ந்து பஜன் பாடிக்கொண்டிருக்க, யோகிக்கருகில்

பாலகுமாரன் உட்கார்ந்திருந்தார். இருவர் கைகளிலும் புகைந்த சிகரெட் நெருப்பு தெரிந்தது.

நான் தீவிரமாக வேலை தேடிக்கொண்டிருந்த நாட்கள் அவை. முதன்முறையாய் யோகியின் வாழ்வுமீது பொறாமை வந்தது. வெயிலேறிய இந்த நாட்களில் தொடர்ந்த என் அலைச்சலும், ஏமாற்றமும், வீட்டில் அப்பாவின் திட்டும், இம்மனிதனின் சௌகர்யமான வாழ்வின்மீது எரிச்சல்பட வைத்தது. இப்படியே திரும்பிப்போய்விடலாமா என நினைத்த கணம் அவரே எழுந்து வந்து கேட்டைத் திறந்து என்னைத்தழுவி அழைத்துபோய் அவரருகில் அமரவைத்தார். ஒருபக்கம் பாலகுமாரனும் இன்னொரு பக்கம் நானுமாய் சுரத்குமாருக்கு அருகில் இருந்தோம். பாலகுமாரன் தமிழ்ப் பத்திரிகை உலகைத் தனதாக்கி வைத்திருந்த நாட்கள் அவை. பாதி திறந்திருந்த கதவின் வ்ழியே உள்ளே பார்த்தேன். பண்டல், பண்டலாய் சார்மினார் சிகரெட்டுகள் அடுக்கி வைக்கப்பட்டிருந்தன. சரியாக நினைவில்லை. டாட்டா, அம்பானி இப்படி யார் வீட்டுப் பெண்ணோ வாங்கி வந்து அடுக்கியது என்று வெளியே கசிந்த செய்தி ஞாபகத்திற்கு வந்தது.

அவர்கள் யாரிடமாவது சொல்லி இவர் நமக்கு ஒரு வேலை வாங்கித் தரமாட்டாராவென யோசித்தேன். என் மனநிலைக்குக் கொஞ்சமும் சம்மந்தமின்றி பஜன் சத்தம் அதிகரித்தது, சகிக்க முடியாததாக இருந்தது.

எழுந்து போய்விட வேண்டுமென உள்ளுக்குள் தீர்மானித்து எழுந்தேன்.

என் கையைப் பிடித்திழுத்து அமரவைத்து,

'ஏன் அவசரமா பவா?' என்றார் ஆங்கிலத்தில்

'இல்லை, எனக்கு இங்கே இருக்கப் பிடிக்கவில்லை.' நானும் ஆங்கிலத்தில் சொன்ன பதிலில் பஜன் நின்றது.

சுரத்குமார் என்னயே உற்றுப் பார்த்தார். அக்கண்களைச் சந்திக்க இப்போதும் வலிமையற்று கீழே குனிந்து கொண்டேன். ஏதோ ஒரு அடங்காத மனக் கொந்தளிப்பு அன்றிருந்தது. அவர் என்முதுகில் தட்டிக் கொடுத்து,

'சிகரெட் புகைப்பாயா?' என்றார்.

இல்லையெனத் தலையசைத்தேன் பாலகுமாரனைப் பார்த்து கொண்டே. அவர் அப்போதுதான் இன்னொரு புது சிகரெட்டைப் பற்ற வைத்துக் கொண்டிருந்தார்.

இதெல்லாம் ஏதோ ஒரு நாடகத்தின் காட்சிபோல இருந்தது எனக்கு.

மௌனம் நீண்ட நேரம் நீடித்தது.

சட்டென என் கையைப் பிடித்து, ''தகழியின் செம்மீனைத் தமிழில் மொழிபெயர்த்தது யார் ?" எனக் கேட்டார்.

நான், ' சுந்தரராமசாமி' என்றேன்.

"அவரை உனக்குத் தெரியுமா ?"

"பார்த்ததில்லை, தெரியும்."

''தமிழில் வெளியான முக்கியமான பத்து நாவல்களின் பெயரைச் சொல்"

இப்போது எனக்குப் பட்டியல் நினைவிலில்லை. ஆனால் அதில் ஜே.ஜே. சில குறிப்புகளைச் சொன்னதும், பாலகுமாரனைச் சொல்லாததும் நினைவிலிருக்கிறது.

இங்கிருந்து போய்விட வேண்டும், போய்விட வேண்டும் என உள்மனது சொல்லிக்கொண்டே இருந்தது. நான் மீண்டும் எழுந்து புறப்பட்டபோது அவர் தடுக்கவில்லை. கையில் ஒரு ஆப்பிள் பழம் தந்து, 'my father bless you' என்று அதே அழகான ஆங்கிலத்தில் சொன்னார்.

ஆனால் அடுத்த நாள் காலையிலேயே அவரை மீண்டும் சந்திக்க வேண்டியிருந்தது எனக்கு. தூர்தர்ஷனில் பணிபுரிந்து கொண்டிருந்த என் நண்பன் ஆடையூர் ரவி வயது முதிர்ந்த ஒரு அதிகாரியோடும் அவருக்கு ஓட்டுனராயிருந்த ரவியின் அண்ணன் பன்னீர்செல்வத்தோடும் என் வீட்டிற்கு அன்று காலையிலேயே வந்தான். அந்த அதிகாரி காரிலேயே உட்கார்ந்திருந்தார். ரவியின் அண்ணன் பன்னீர்செல்வம்தான் இறங்கி வந்து பேசினார்.

‘பவா, இவர் பெயர் சேஷய்யா. தூர்தர்ஷனில் தென்மண்டல தலைமைப்பொறியாளர். ஆந்திரா சொந்த மாநிலம். இவருக்கு எப்படியாவது விசிறி சாமியாரைப் பார்க்க வேண்டும்’ என பேசிக்கொண்டே போனார். நான் இரண்டே நிமிடங்களில் அவர்களோடு கிளம்ப வேண்டியிருந்தது. காரின் முன் சீட்டில் நான் அமர்ந்திருந்தபோதும் அந்த அதிகாரி என்னிடம் ஒரு வார்த்தையும் பேசவில்லை. எனக்கும் அவரிடம் பேசத் தோன்றவில்லை.

சன்னதித் தெரு வீட்டிற்கு கொஞ்சம் முன்னால் நிற்கும் மரத் தேரருகே காரை நிறுத்திவிட்டு அவரைப்பார்க்க நடந்தோம். அவரைச் சந்திக்க வைப்பது என் கடமையென்பது மாதிரி அந்த அதிகாரி என்னைப் பின் தொடர்ந்தார்.

யோகியின் வீடு பூட்டியிருந்தது.

பூட்டியிருந்த அவ்வீட்டை நோக்கி அந்த அதிகாரி வணங்கினார். நாங்கள் திரும்ப எத்தனித்த பொழுது, எங்களைப்பார்த்து எங்கிருந்தோ ஓடி வந்த யோகியின் வளர்ப்பு மகன் சசி என் கையைப்பிடித்து,

‘‘அண்ணா, சாமி விருதுநகர் இந்து நாடார் மடத்துல பாலகுமாரன் சாரோட இருக்கார்ண்ணா. நீங்க அங்க போங்க’’ என்றான்.

எங்கள் கார் திருவூடல் தெருவில் விருதுநகர் மடத்தின் முன் நின்றது. ஆட்கள் இருப்பதற்கான எந்த அறிகுறியுமற்று அமைதியாய் இருந்தது மடம். அந்த அமைதிக்கு அந்நியப்பட்டு வெளியே நான்கைந்து கார்கள் நின்றிருந்தன.

நாங்கள் மெல்ல மாடியேறினோம். அப்போதுதான் அந்த அதிகாரியின் முகத்தைத் தெளிவாகப் பார்த்தேன். மிகுந்த துக்கத்தில், பழுத்து விழுந்துவிடும்போல் இருந்தது.

சாத்தப்பட்ட கதவுக்கு வெளியே இரண்டு மூன்று பேர் கை குவித்து நின்றிருக்க, நான் யாருடைய அனுமதியும் கோராமல் கதவைத் தட்டினேன். திறக்கப்பட்ட அறைக் கதவுக்கு பின் விரிந்த அந்த விசாலமான அறை ஒரு பஜனைக்கூடம் மாதிரியிருந்தது.

நிறைய பழங்கள், பூக்கள் என்று குவிந்திருந்த அக்குவியல்களின் முன் கழுத்தில் தொங்கின ஒரு தாமரைப்பூ மாலையோடு சுரத்குமார் அமர்ந்திருந்தார். அருகில் அதே போலொரு மாலையணிந்த பாலகுமாரன்.

"பவா come on" என்று உற்சாகமாகி எழுந்து வந்து கைபிடித்து அழைத்தார். நான் எதற்காகவும் தாமதிக்காமல்,

"இவர் சேஷையா, ஆந்திரா சொந்த மாநிலம், உங்களை எப்படியும் சந்திக்க வேண்டி வந்திருக்கிறார்" என்றேன்.

" Tell me sheshaya. இந்தப் பிச்சைக்காரனிடம் இருந்து உனக்கு என்ன வேண்டும்?."

எனக்குப் பின்னால் நின்றிருந்த அவரைத் திரும்பிப் பார்த்தேன். அவர் கண்களில் இருந்து கண்ணீர் வழிந்து கொண்டிருந்தது. இந்த நிமிடத்திற்காகவே காத்திருந்த பரவசத்தோடு,

"சாமிஜி I have lost my two sons in accidents" என்று நீண்ட அவர் கரங்களை யோகிராம் சுரத்குமார் ஆறுதலோடு பற்றி சேஷையாவைத் தனக்குள் புதைத்துக் கொண்டார்.

நான் எதுவுமற்று நின்று கொண்டிருந்தேன். பாலகுமாரன் உட்பட எல்லாருமே மௌனத்தை அடைகாத்தார்கள். அத்துக்க வினாடியிலிருந்து நான் உடனே வெளியேறினேன். என்னை யாரும் தடுக்கவில்லை. என் இருப்பு தேவையற்றது என்று எனக்கு மட்டுமல்ல, சுரத்குமாருக்கும் தெரிந்திருந்தது.

அன்று மாலை ஆறு மணிக்கு ஆடையூர் ரவியும், அவரது அண்ணன் பன்னீர்செல்வமும் அதே காரில் என்னைத் தேடி வந்தார்கள். என்னை அவர்களின் அய்யா பார்க்க விரும்புவதாகச் சொன்னார்கள்.

"அவர் எங்கிருக்கிறார்?"

"ரமணாஸ்ரமம் கெஸ்ட் ஹவுசில்." நான் அவர்களோடு கிளம்பிப் போனேன். என் வருகையை எதிர்பார்த்து சேஷையா அறைக்கு வெளியே வெறும் பனியன் மட்டும் அணிந்து அமர்ந்திருந்தார்.

'வாங்க பவா' என என்னைப் பெயர் சொல்லியழைத்தார், இப்போதுதான் முதன்முறையாகப் பார்ப்பதுபோல.

நான் எதுவும் பேசாமல் நின்றேன். அழுதழுது அவர் கண்கள் வீங்கியிருந்தன. என் கையைப் பிடித்து அழைத்தார். அவர் அறைக்கதவைச் சாத்தினார்.

"இது போதும் எனக்கு. என் வாழ்வின் மையத்தை அடைந்து விட்டேன். எனக்கிருந்த இரு பிள்ளைகளையும் வெவ்வேறு விபத்துகளில் இழந்து எதற்காக வாழ வேண்டும் என இருந்த என் மனக் கொந்தளிப்பு இச்சந்திப்பில் அடங்கியது. இனி என் மரணமும் எனக்குத் துச்சம்." என ஆங்கிலத்திலும் இடையிடையே தமிழிலும் பேசிக்கொண்டே இருந்தார்.

"என் மிச்சமிருக்கிற வாழ்நாளில் உன்னை மறக்க மாட்டேன் தம்பி" என்றபோது மீண்டும் உடைந்து அழத் தயாரான அவர் மனதறிந்து நான் உடனே அங்கிருந்து வெளியேறினேன்.

அன்றிரவு கோடைமழை பெய்தது. அந்த இரவு முழுக்க சேஷையா என்ற அந்த மனிதனுக்கு, ராம் சுரத்குமாரின் அருகாமை எப்படி ஆறுதல் அளித்து இருக்க முடியும் என்ற கேள்வியின் அலைக்கழிப்பில் வெகுநேரம் தூங்காமல் புரண்டு கொண்டிருந்தேன்.

ஏழுமலை ஜமா

சில இரவுகள் எப்போதும் நினைவுகளில் தங்கியிருக்கும். 1991 நவம்பர் குளிர் இரவில் லேசான மழைச்சாரலில் நனைந்தபடி எஸ்.ராமகிருஷ்ணனும், கோணங்கியும் என் வீட்டுக் கதவைத் தட்டி எழுப்பிய அகாலம் இன்றும் நினைவில் இருக்கிறது.

இரவு முழுக்கப் பேசி முடிந்தபோது எங்கள் மாவட்ட மாநாட்டை ஒட்டி எல்லோராலும் பேசப்படுகிற ஒரு சிறுகதைத் தொகுப்பைக் கொண்டுவர வேண்டுமென முடிவெடுத்தோம். தமிழில் ஜெயமோகன், தமிழ்ச்செல்வன், கோணங்கி, பவாசெல்லதுரை, எஸ்.ராமகிருஷ்ணன், போப்பு, ஷாஜகான், ஆகியோரின் கதைகளையும், இதற்கு நிகரான இலத்தீன் அமெரிக்கக் கதைகளின் தமிழ் மொழிபெயர்ப்பையும் கொண்டு அத்தொகுப்பு உருவானது. எல்லோரிடமும் கதை வாங்கிய பிறகும் நான் மட்டும் எதுவும் எழுதாமல் இருந்தேன்.

விடாமல் மழை பிடித்துக் கொண்ட ஒரு மத்தியானத்தில் எழுத ஆரம்பித்து மூன்று மணி நேரத்தில் முழுமையாக எனக்குள் கிடைத்ததுதான் என் "ஏழுமலை ஜமா". முதன் முதலாக அப்பா ஆசிரியராக வேலைக்குச் சேர்ந்த ஊர் கோணலூர். அவரின்

ஞாபகச் சிதறல்களில் உதிர்ந்தவற்றை எனக்குத் தெரியாமலேயே என்னுள் சேர்த்து வைத்திருந்திருக்கின்றேன். என் ஞாபகம் சரியாக இருக்குமேயானால் என் சாரோன் வீட்டில் பல தடவை ஜிட்டுக் குடுமியுடனும், சிவந்த கண்களுடனும் அப்பாவிடம் பேசிக் கொண்டிருந்த ஒரு நடுத்தர வயதுள்ள ஆள்தான் ஏழுமலையாக இருக்க வேண்டும்.

இக்கதையும் சேர்க்கப்பட்ட தொகுப்பிற்கு நாங்கள் வைத்த பெயர் 'ஸ்பானிய சிறகுகளும் வீரவாளும்.' நாங்கள் எதிர் பார்த்ததற்கும் மேலாக நவீனத் தமிழ் இலக்கியச் சூழலில் பெரும் சூறாவளியை அத்தொகுப்பு ஏற்படுத்தியது. தமிழில் யதார்த்தவாதம் செத்துவிட்டதென்று அறிவிக்க இவனுங்க யார்?' என்று சிம்மாசனத்தில் உட்கார்ந்திருந்த படைப்பாளிகள் தங்கள் எதிர்காலப் படைப்புச் சூன்யம் குறித்த பெரும் பதட்டத்தோடு எங்களிடம் எதிர்வினையாற்றினார்கள். அதைத்தாண்டி அசோகமித்திரன் போன்ற பெரும் படைப்பாளிகள் அத்தொகுப்பைப் பற்றி இந்தியாடுடே போன்ற இதழ்களில் மிகவும் சிலாகித்து எழுதினார்கள். விவாதங்கள் எத்தனை உக்ரமானதாக இருந்தபோதிலும் இன்றளவும் அத்தொகுப்பில் வந்த கதைகள் ஜீவனுள்ளவையாகவே உள்ளன.

அத்தொகுப்பிலிருந்து என்னுடைய "ஏழுமலை ஜமா"வை எடுத்து மிகுந்த ஈடுபாட்டுடன் 53 நிமிடக் குறும்படமாக என் ஆத்மார்த்த நண்பன் கருணா இயக்கினான்.

படப்பிடிப்பின்போது ஒரு நாள்கூட நான் அத்திசைக்கே போகவில்லை. அதற்கு விளக்க முடியாத பல மௌனமான காரணங்கள் உண்டு.

ஆனால் படத்தின் முழுமையை ஒரு மினி ஏசி அரங்கில் வெறும் 30 நண்பர்களோடு பார்த்தபோது பெருமிதமாக இருந்தது. என் நண்பனும் இப்படத்தின் இயக்குநருமான கருணாவைக் கட்டியணைத்து உச்சி முகர்ந்து வாழ்த்து சொல்ல மனம் ஏங்கினாலும், எதார்த்த வாழ்வு அதற்கு இடம் தராததால் ஒரு அழுத்தமான கைகுலுக்கலில் என் பெருமிதத்தைக் கருணாவின் கைகளுக்கு மாற்றி விட முயற்சித்தேன்.

இன்றும் ஏதோவொரு நாளின் அகாலத்தில், ஏதோ ஒரு பேருந்து நிலையத்தில் தோளில் மாட்டிய ஆர்மோனியப் பெட்டியோடும், இடுப்புவரை நீண்டு வளர்ந்த முடியோடும், பொருட்கள் அடைக்கப்பட்ட இரும்புப் பெட்டியோடும், வெற்றிலையால் சிவந்த உதடுகளோடும் எதிர்ப்படும் கூத்துக்கலைஞர்களைச் சந்திக்க நேரும்போதெல்லாம் அப்பேருந்து நிலையத்தின் அடர்த்தியான இருட்டுள்ள ஒரு பகுதி எனக்குத் தேவைப்படுகிறது, என் இரகசிய அழுகையைச் சிந்துவதற்கு.

அம்ருதா

ஆன்மீகத்திலிருந்து மனிதனுக்கு

கிடியன் தேவநேசன்

என் இருபதாவது வயதில் நான் முதன்முதலாக கிடியன் தேவநேசன் என்ற பெயருடைய அக்கிறிஸ்துவத் திருச்சபையின் பாதிரியாரைச் சந்தித்தேன். அதற்கு முன்பும், பின்புமாக ஏராளமான பாதிரியார்களைச் சந்தித்திருக்கிறேன். யாருக்குமே பெரிய அளவிற்கு இறைஞானமோ, அதைத் தாண்டியவற்றில் ஆர்வமோ இருந்து பார்த்ததில்லை. பாதர் ஜோஸ் மாதிரியானவர்கள் கத்தோலிக்கத் திருச்சபைகளில் விதிவிலக்கானவர்கள். அவர்கள் வெகுவிரைவில் அங்கிருந்து வெளியேறினார்கள் அல்லது வெளியேற்றப்பட்டார்கள்.

முதல் சந்திப்பிலேயே சிலர் மனதுக்குள் சுலபமாக நுழைந்துவிடுவார்களே, அதுபோல கிடியன் தேவநேசன் கண்களும், தான் நம்பும் விஷயத்தின் மீதான உறுதியும், திருச்சபையைத் தாண்டி சமூகம், அரசியல், கலை, இலக்கியம், அறிவியல், தமிழ்மரபு, திருக்குறள், சங்க இலக்கியம் இப்படி எல்லாவற்றின்மீதும் அவருக்கிருந்த ஞானமும் ஆர்வமும் என்னை அவருக்கு மிக அருகில் வைத்தது.

நானும் அவரும் அவருடைய என்ஃபீல்ட் புல்லட்டில் புரிசைக்குக் கூத்து பார்க்க ஒரு நீண்ட பயணம் போன இரவும், வழி நெடுக மின்னிய மினுக்கிட்டாம் பூச்சிகளும் இன்றும் எங்களால் பத்திரப்படுத்தப்பட்டிருக்கிறது.

கிறிஸ்துவ அடிப்படைவாதத்தின் நேர்க்கோட்டிலிருந்து கொஞ்சம் விலகியே நடந்தவராக அவரைச் சொல்வேன். அவருடைய வாழ்வு அவரை அப்படி மாற்றிப் போட்டதாக உணர்கிறேன். தன் நாற்பதாவது வயதில் தன் பணியின் நிமித்தம் கல்வராயன் மலைக்குக் குடும்பத்தோடு இடம் பெயர்கிறார். இயற்கையின் மகோன்னதத்திற்கு தன் ஜன்னலைக்கூடத் திறக்காமல் மூடப்பட்ட அறையிலேயே வாழ்வை முடிக்கும் பல கிறிஸ்துவ மிஷனரிகளுக்கு மத்தியில் கிடியன் ஜன்னல்களை மட்டுமின்றி, கதவுகளையும் அகலமாகத் திறந்து வைக்கிறார். சுற்றிலுமிருந்த ஆதிவாசி மக்கள் தங்கள் நேசிப்புக்குரிய மனிதனாக இவரிடம் நெருங்குகிறார்கள். இச்சமயத்திற்காகவே காத்திருந்தது மாதிரி தூண்டிலை இழுத்து மீன்களை அறுவடை செய்யும் மற்ற மதவாதிகளைப் போலன்றி, அம்மக்களின் இயல்பை, மதத்தை, இயற்கையின் மீதான பற்றைக் கொஞ்சமும் மாற்ற முயற்சிக்காமல், அவர்களில் ஒருவராக தான் மாறினார். 1990இல் ஒரு மார்ச் மாதத்தில், ஒரு பத்திரிகை ஆரம்பிப்பதற்காக வெறிகொண்டலைந்த என் நண்பன் கோணங்கியை அவரிடம் அனுப்பி வைத்தேன்.

கோணங்கி சென்ற இரண்டாவது நாள் நான் அவரைத் தொலைபேசியில் அழைத்துப் பேசினேன். அவர் சிரித்துக் கொண்டே என்னிடம் பதில் சொன்னார். உங்கள் நண்பருக்கு நான் கொடுத்த அறை, உணவு, ஃபேன் காற்று எதுவுமே தேவைப்படவில்லை, அவர் ஆதிவாசிகளோடு இரண்டறக் கலந்துவிட்டார். இரண்டற என்ற வார்த்தை உச்சரிப்பின்போது அவரிடம் தெறித்த கிண்டலைச் சமவெளியில் இருந்தே என்னால் உணர்ந்து கொள்ள முடிந்தது. நேற்று அதிகாலை என் நடைப்பயிற்சியின்போது பார்த்தேன். இரவு வேட்டையில்

சிக்கிய காட்டுப்பன்னியை இரத்தம் சொட்டச்சொட்ட தூக்கி வந்த ஆறு பேரில் கோணங்கியும் ஒருவர். கல்வராயன் மலையில் சுத்தமான கஞ்சா எங்கிருக்கிறது என்பதும் இந்த மக்களுக்கு அத்துபடி.

நான் கோணங்கியை அவன் மனநிலைக்கு ஏற்ற இடத்திற்குத்தான் அனுப்பியதாகப் பெருமிதப்பட்டுக் கொண்டேன். அம்மலைக்காட்டில் சுற்றி அலைந்து அவன் தரைக்குக் கொண்டு வந்ததுதான் 'கல்குதிரை.' தொடர்ச்சியான வாசிப்பே அவரை சராசரிகளிடமிருந்து அன்னியப்படுத்தியது. திருச்சபைகள் எதிர்பார்ப்பதோ, அதிகாரம் பிரித்துக் கொடுத்தலையும் உத்யோக பிச்சையிடலையும், என்ன விலை தந்தேனும் லௌகீக வாழ்வின் உச்சத்தை அடைதலையும்தான். இதை, தொடர்ந்து கிடியன் அலட்சியப்படுத்தினார். ஒரு பறவையின் சிறகில் பட்டுத்தெறிக்கும் மழைநீர் மாதிரியானது பதவி என்பதில் இறுதிவரை உறுதியுடன் இருந்தார். அதனால் தானடைந்த நேர்மையை, கம்பீரத்தைத் தனதாக்கி வைத்திருந்தார்.

அவருடனான என் பல உரையாடல்களின் முடிவில் பேச்சற்று போயிருக்கிறேன். நீடிக்கும் மௌனத்தினூடே அவர் சொன்ன செய்திகளின் காட்சி வடிவத்தில் மூழ்கியிருக்கிறேன்.

நீண்ட மலைப்பாதை. மழைபெய்து முடிந்த குளிர்ந்த இரவு. காரில் வாய்த்த இரவுப் பயணமது. முன்சீட்டில் உட்கார்ந்து தூங்குகிறார். ஓட்டுனர் அடித்த பிரேக்கில் தலைமோதி அதிர்ந்தெழுந்து நெற்றியைத் தடவிக் கொண்டே பாதையைப் பார்க்கிறார். கண் நீண்ட தொலைவிற்கு எதுவுமில்லை.

"அப்புறம் ஏன் இப்படி ஒரு பிரேக் அடிச்ச?"

அந்த வயதான டிரைவர் தலை திருப்பாமலேயே நிதானமாக பதில் சொல்கிறார்.

"ரோட்டை ஒரு கீரிப்புள்ள கிராஸ் பண்ணுச்சுங்க"

“கீரி தான, அடிச்சிட வேண்டியதுதான?”

“அப்புறம் மரணம் எனக்கு மரத்துப் போயிடும் அய்யா”

நான் பேச்சற்றுப் போன தருணங்களில் இதுவும் ஒன்று.

பாதிரியாரிலிருந்து பேராயராக உயர்ந்தபோது அவருக்குச் சூட்டப்பட்ட கிரீடம், செங்கோல், அதிகாரம் எல்லாமும் அவரை மக்களிடமிருந்து பிரித்துவிடுமோ என பயந்தேன். தன் கீரிடத்தையும், செங்கோலையும் பேராலாயத்தில் வைத்துவிட்டு அவர் மெல்ல நடந்து வந்து எளிய மக்களின் கை பிடித்தார்.

அவருடைய பிரசங்கங்களைக் கேட்டிருக்கிறேன். அவை எப்போதும் என்னைக் கவர்ந்ததில்லை. மேதமைக்கும் எளிமைக்கும் இடையிலான சொற்பொழிவுகள்தான் அவை. ஆனால் சில முக்கிய மரணங்களின்போது அவர் ஆற்றிய உரைகள் அவரே அறியாமல் முக்கியமானவை. மரபுகள் வழியே மனிதனைப் பார்ப்பது அவருக்கு வாய்த்திருந்தது.

ஆனால் தொடர்ந்த வாசிப்பிலும்கூட வசீகரமான மொழி அவருக்கு வாய்த்திருக்கவில்லை. இலக்கியம் தவிர்த்த பொருளாதார அரசியல் சம்மந்தமான புத்தகங்கள் அவருக்கு வறண்ட மொழியையே அளித்திருந்தன.

டென்மார்க்கிலிருந்து வந்திருந்த டேனிஷ் மிஷன் செக்கரட்ரி ஒருவர் தமிழகத்தின் முக்கியமான பல ஓவியர்களைச் சந்திக்க வேண்டுமென தன் மகள் பொருட்டு விரும்பியபோது அப்பயணத்தை என் நண்பன் ஜாஷ்வா பீட்டருக்காக நான் நிறைவேற்றித் தந்தேன்.

அப்பயணத்தில் பிஷப் கிடியனின் எங்களுடனான இருப்பில், கலைஞர்களின் பெருவாழ்வும், விட்டேத்தியான மனநிலையும், லௌகீக வாழ்வைப் புறந்தள்ளும் குணமும் அவரைப் பெரிதும் கவர்ந்தது.

‘‘பாதிரியார்கள்தான் பற்றற்று இருக்க வேண்டுமென எப்போதும் நினைப்பேன். அப்படி ஒருவரையும் என் வாழ்வில் சந்தித்ததில்லை. கலைஞர்கள்தான் அப்படி இருக்கிறார்கள் பவா”

எனத் தன் வியப்பைத் தொடர்ந்து அப்பயணத்தின்போது வெளிப்படுத்திக் கொண்டே வந்தார்.

சந்தானராஜ், ட்ராஸ்கி மருது, டக்ளஸ், சஜிதா போன்ற ஓவியர்களுடான சந்திப்பும், ஓவியர் ஆதிமூலம் வரைவதை அவர் அறையிலேயே உட்கார்ந்து பார்க்கும் பெரும் வாய்ப்பும் அன்று வாய்த்தது.

ஒரு முறை என்னை அவருடனான ஓர் உரையாடலின்போது பார்த்த சர்ச் பாதிரியார் ஒருவர்,

'அய்யா, பவா ஒரு தடவைகூட சர்ச்சுக்கு வந்ததில்லைங்கய்யா' என்ற புகார் மனுவை வாசித்தார்.

பிஷப் கிடியன் புன்னகைத்துக் கொண்டே ''நீங்க எத்தனை தடவை அவர் நடத்துற முற்றத்துக்குப் போயிருக்கீங்க டேனியல்?'' என்று கேட்டார். மனித ஞானத்தையும், அனுபவத்தையும், ஆராதனைகளிலிருந்தும் முற்றத்திலிருந்தும் பெற்றுக் கொள்வது ஒன்றுதான் என்று அவர் உள்ளூர நம்பினார்.

மூன்றாண்டுகளுக்கு முன் நிகழ்ந்த ஒரு இங்கிலாந்து பயணத்தின்போது, அங்கேயே பக்கவாதத்தால் பாதிக்கப்பட்டு, பேச்சடங்கிப்போன ஒரு மனிதனாக சி.எம்.சி. மருத்துவமனையில் பார்த்தேன். எனக்கு, தன் கண்களால் நன்றி சொன்னார். கை அழுத்தத்தால் அன்பைப் பரிமாறினார். தன் உடல் சுகவீனத்தின் பொருட்டு விடை பெற்றுக்கொண்ட மிக உயர்ந்த பிஷப் பதவியை அதன் பிறகான நாட்களில் திரும்பிப் பார்க்காமல் இன்னும் எளிமையான வாழ்விற்கு வந்தார். இந்த மனநிலை அசாதாரணமானது.

ஆறு மாதத்திற்கு முன் என் உறவினர் திருமணத்தில் எதிர்பாராத விதமாக அவரை தேவாயத்தில் தன் மனைவியோடு பார்த்தேன். கையில் ஒரு பாட்டுத்தாளை வைத்துக்கொண்டு பாட முயற்சி செய்து கொண்டிருந்தார். எங்கள் பழைய நாட்களின் நினைவு பெருகியது. எப்போதும் கடவுள் நம்பிக்கையற்ற நான், "கடவுளே இவருக்கு மீண்டும் பேசவும் பாடவுமான நாட்களை வாய்க்கச் செய்வாயாக" எனக் கண்ணீர் மல்க இரந்து மன்றாடினேன்.

Impossible Friend

யோகிராம் சூரத்குமார்

சந்திப்பு - 4

அதற்குப் பிறகான நாட்களில் அவருடனான என் சந்திப்புகள் அதிகமாகிக் கொண்டேயிருந்தன. தமிழ்நாடு முற்போக்கு எழுத்தாளர் சங்கச் செயல்பாடுகளில் மிக உக்கிரமாகச் செயல்பட்டுக் கொண்டிருந்த எனக்கு, அவரைச் சந்திப்பது மிகுந்த ஆசுவாசமாகவும், அவர்வீட்டு மண்தரை குளிர்ச்சியில் உட்கார்ந்து உரையாடுவது மனசை லேசாக்குவதாகவும் இருந்தன.

நிகழ்ச்சிகளுக்கும், என்னைச் சந்திப்பதற்குமாக வரும் அனேகமாக எல்லா நண்பர்களின் விருப்பத்திலும் யோகியின் சந்திப்பு உள்ளடங்கியிருந்தது. ராஜீவ்காந்தி போபார்ஸ் ஊழலில் சிக்கியிருந்த காலமது. மார்க்சிஸ்ட் கம்யூனிஸ்ட் கட்சியின் சார்பில் தமிழகமெங்கும் ராஜீவை எதிர்த்து, பொதுக் கூட்டங்கள் நடந்துகொண்டிருந்தன. புள்ளிவிபரங்களோடு கூடிய அனல் தெறிக்கும் பேச்சுகளால் தமிழகத்தை CPI(M) பேச்சாளர்கள் அனல்மூட்டிக் கொண்டிருந்தார்கள். இப்போதைய மதுரை கிழக்கு தொகுதி எம்.எல்.ஏ. தோழர் நன்மாறன் திருவண்ணாமலை

காந்திசிலை மூலையில் நடந்த கூட்டத்தின் சிறப்புப் பேச்சாளாராக அழைக்கப்பட்டிருந்தார்.

இன்றளவும் வேறு எவரோடும் ஒப்பிட முடியாத எளிமை நன்மாறனுடையது. மதுரையிலிருந்து இரவு முழுக்க பஸ் பயணம் செய்து அதிகாலையிலேயே திருவண்ணாமலையை அடைந்து, கட்சி அலுவலகத்திலேயே தங்கிக் கொண்டார். மதியம் எங்கள் வீட்டிற்கு சாப்பிடவந்து, 'இன்னைக்கு சாயங்காலம் கோவிலையும், அப்படியே விசிறி சாமியாரையும் பாக்கணும் பவா' என்ற அவரின் வாக்கிய முடிவில் நாங்களிருவரும் கோவிலில் இருந்தோம். அண்ணாமலையார் கோவில் சுவரெங்கும் எழுதப்பட்டுள்ள திருப்பாவை, திருப்புகழ் என செய்யுள்களை நன்மாறன் வாய்விட்டுப் படித்தார். அநேகமாக எல்லாப் பாடல்களுமே பிரபஞ்சம், உலகம், பூமி எனத் துவங்கியது. மனிதனின் உலகளாவிய சில சிந்தனையின் மேன்மையை நன்மாறன் வியந்தார். கோவிலிலிருந்து வெளிவரும்போது லேசாக இருட்டி விட்டிருந்தது. சன்னதித் தெருவில் கொஞ்சதூரம் நடந்ததுமே யோகியின் வீடு. வீட்டிற்கு முன் சில நூறுபேர்கள் பக்தியோடு நின்று வாயிலை வணங்கிக் கொண்டிருந்தார்கள்.

நான் அக்கூட்டத்தில் நுழைந்து அந்த இரும்பு கேட்டைக் கவனமாய்த் தட்டினேன். உள்ளே நாலைந்து பேரின் பஜனைப் பாடல்களுக்கு மத்தியிலிருந்த யோகி திரும்பி என்னைப் பார்த்து, எழுந்து வந்து கதவைத் திறந்து,

'Welcome My Friend' என்று என்னைத் தழுவி அழைத்துபோய் அவரருகில் அமரவைத்தார். நன்மாறன் எங்களுக்கெதிரே உட்கார்ந்தார். நீண்டநேரம் பேச்சற்ற மௌனம் நிலவிய இரவது.

நான் மெல்ல தொண்டையைச்செருமி, தோழர் நன்மாறனை அறிமுகப்படுத்தினேன். அவர் ஏதோ சில வார்த்தைகளின் விசாரிப்புகளுக்கிடையே அவருக்கொரு பழம் தந்தார். நன்மாறனைப் பார்வையால் படித்துக் கொண்டிருந்ததைக் கவனித்தேன். கொஞ்ச நேரத்துக்கெல்லாம் நாங்கள்

வெளிவந்தோம். தோழர். நன்மாறன் முற்றிலும் வேறொரு மனநிலையிலிருந்தார் . கோவிலின் பேரமைதி, திருப்புகழின் மனம் கசியும் பாடல்கள், யோகியின் அருகாமை இவை அம்மார்க்சியவாதியின் அன்றைய நிமிடங்களை லகுவாக்கிக் கசிய வைத்திருந்தது. தோழர் நன்மாறன் என் கைப்பற்றி 'பவா, மனசு லேசாயிடுச்சி, கூட்டத்துல என்ன பேசறதுன்னு தெரியல?' என்றபோது நான் கலவரமடைந்தேன்.

அங்கிருந்து நடக்கும் தூரத்தில் காந்திசிலை மூலை. மாவட்டச் செயலாளர் ராஜீவ்காந்தியைத் தன் உரத்தக் குரலால் எச்சரித்துக் கொண்டிருந்தார். நன்மாறனைப் பார்த்ததும், அவர் அவசரமாய்த் தன்னுரையை முடித்துக்கொண்டு தோழர் நன்மாறனை மேடைக்கு அழைத்தார். நன்மாறன் என்னைத் திரும்பிப் பார்த்துக் கொண்டே மேடையேறினது இன்னும் ஞாபகத்திலிருக்கிறது.

அனல் வீசும் அவர் உரைக்காகக் கூட்டம் ஒருமுகப்படுகிறது. எப்போதுமே நன்மாறன் தன் உரையை அப்படி அமைத்துக் கொண்டவரில்லை எனினும், ஊழலின் அளவு மற்றும் தன்மைக் குறித்தும் இடதுசாரித் தோழர்களுக்கு ஏற்பட்டிருந்த கோபம் அது. நன்மாறன் மேடையில் நின்று எல்லோருக்கும் வணக்கம் சொல்லி தன்னுரையை ஆரம்பிக்கிறார். மனம் உக்கிரப்பட மறுக்கிறதை நான் மட்டுமே அறிந்த தருணமது. ஊழல் செய்யவேண்டாமென தமிழக மக்கள் சார்பாக ராஜீவை மென்மையாக எச்சரித்தார். ஊழலில் செய்யக்கூடிவை, செய்யக்கூடாதவை என நகைச்சுவையாக அடுக்கினார். கூட்டம் லயித்துக்கொண்டிருந்தது. ஒரு பையனை அம்மா நாலணாவுக்கு தேங்காய் சில்லு வாங்கிவர அனுப்பினா, வரும்போதே அவன் அதில் ஒன்னைச் சாப்பிட்டுடுவான். மீதி நான்கைத்தான் அம்மாகிட்டக் கொடுப்பான். ஏண்டா அஞ்சிக்குப் பதிலா நாலுதானான்னு அம்மா கேட்டா, இப்போதெல்லாம் நாலணாவுக்கு நாலுதான்னு சொல்லுவான். அம்மாவுக்கும் தெரியும், தன்பிள்ளை ஒரு சில்லைத் தின்னுட்டுத் பொய் சொல்றான்னு. அது எல்லாப் பிள்ளைகளும் செய்யிற தப்பு.

ஆனால் அதே பிள்ள தன் ஓட்டுவீட்டை ஒருத்தன்கிட்ட விலைபேசி நடுராத்திரில ஒரு டெம்போவைக் கொண்டுவந்து வீட்டைப் பிரிச்சிக்கிட்டிருந்தா அது புள்ளை செய்யற காரியமில்லை, ஒரு கிரிமினல் செய்யற வேலை. அதே மாதிரிதான் எதிரிகளோடு சண்டைபோட வாங்குன ஆயுதத்துல ஊழல்ன்னா, எதிரி நாட்டுக்காரன் நம்மை உண்மை துப்பாக்கியால சுடும்போது நாம்மாளுங்க இப்படி ஊழல்பண்ணி வாங்குன பொம்மை துப்பாக்கியை வச்சிக்கிட்டு நிக்க வேண்டியதுதான் என்று பேசிக் கொண்டே போகிறார். ஆனால் வார்த்தைகள் குளிர்ந்து இலகுவாகிக் கொண்டே இருக்கிறது. கட்சியின் மாவட்டச் செயலாளர் மேடையிலிருந்து என்னையே பார்த்துக் கொண்டிருந்தார். அண்ணாமலையார், திருப்புகழ், யோகிராம் சுரத்குமார் இவர்கள் தங்கள் சந்திப்பு வழியே தோழர் நன்மாறனை சாந்தப்படுத்தியிருக்கவேண்டும்.

அடுத்த நாள் 'உங்களை யாருங்க இங்கெல்லாம் அவரைக் கூட்டிப்போகச் சொன்னது?' என நான் கட்சியில் லேசாக கண்டிக்கப்பட்டேன்.

தமிழ்நாடு அரசு ஊழியர் சங்கத்தின் மாநிலத்தலைவர்களில் ஒருவரும் மார்க்சிய சிந்தனைகளில் தன்னை வளர்த்துக் கொண்டவருமான தோழர் எஸ்.எஸ். என்று அரசு ஊழியர்களால் அன்பாய் அழைக்கப்படுகிற தோழர் எஸ்.சுந்தரேசன் தன் பதவி உயர்வின் பொருட்டு திருவண்ணாமலையிலேயே தங்க வேண்டி வந்தது. எப்போதுமே வயதுக்கு மீறிய நட்போடு அலைந்து கொண்டிருந்த எனக்கு, தோழர் எஸ்.எஸ். மிகவும் பிடித்தமானவர். புத்தகப் பரிமாற்றங்களால் எங்கள் நட்பு இன்னும் அடர்த்தியாகியிருந்தது. தோழர் எஸ்.எஸ். தன் மனைவி ஒருநாள் யோகியைப் பார்க்கமுடியுமா எனக்கேட்பதாக என்னிடம் கேட்டவுடன் நான் யாரையும் கேட்காமலேயே சம்மதித்தேன். எப்போதும்போல, எந்த முன்னறிவிப்புமின்றி நான், தோழர் எஸ்.எஸ், அவர் மனைவி, மற்றும் இந்நட்புக்கெல்லாம் காரணமான தோழர் சந்துரு நால்வரும் பகல்

பவாசெல்லதுரை 83

பதினோரு மணிக்கு யோகியின் வீட்டுத் தாழ்வாரத்தில் குளிர்ச்சியான அக்கல் தரையில் உட்கார்ந்திருந்தோம். மிகுந்த ஐஸ்வர்யம் பொருந்திய அந்த அம்மா உள்ளுக்குள் பெரும் கலவரத்தில் இருந்ததை அவர்களின் கண்களின் வழியே நானறிந்தேன். தோழர் எஸ்.எஸ்., சந்துரு, நான் மூவரும் இயல்பாக இருந்தோம். சுரத்குமார் அந்த அம்மாவின் கண்களை ஊடுருவினார். அப்பார்வையின் வலி தாங்காமல் அவர்கள் கீழே குனிந்து கொண்டதை நாங்கள் மூவரும் கவனித்தோம். அவர்கள் தாரை தாரையாகக் கண்ணீர் சிந்திக் கொண்டிருந்தார்கள். நிலையான வாழ்வில் பொருந்த முடியாத, குடும்பத்தோடு முரண்பட்ட, தன் மகனின் நினைவுகளின் பேரலைச்சலுக்கு இங்கே தீர்வு கிடைக்குமென்ற அவர்களின் வார்த்தைகளை, யோகி தனதாக்கிக்கொண்டு தன் மௌனத்தால் அவர்களை ஆறுதல்படுத்திக் கொண்டிருந்தார். நாங்கள் மூவரும் மிகுந்த கேளிக்கை மனநிலையில் அவரை வம்புக்கு இழுத்துக் கொண்டிருந்தோம். வெவ்வேறான இருவேறு மனநிலையில் வெளிவந்த நாங்கள் அதன்பிறகு அந்த அம்மாவிடம் பேசிக்கொள்ள முடியாதளவிற்கு அவர்கள் என்னவோ ஆகியிருந்தார்கள். அன்றிரவும் நான் அந்த மனிதனிடம் அப்படி என்னதான் இருக்கிறது என்ற யோசனையில் தூக்கம் வராமல் புரண்டு கொண்டிருந்தேன்.

இந்தச் சந்திப்பிற்குப் பிறகான நாட்களில்தான் சுரத்குமார் நிறுவனமயமாக்கப்படுதலுக்கு உள்ளானார் அல்லது உட்படுத்தப்பட்டார் எனலாம். சன்னதித்தெரு வீட்டிலிருந்து அவர் மாற்றப்பட்டு அவருக்காகக் கட்டப்பட்ட ஒரு மண்டபத்தில் அவர் அட்டவணைப்படுத்தப்பட்டு, காட்சிப் படுத்தப்பட்டார். எப்போதும் ஒரு சாதாரண பிச்சைக்காரன் என தன்னையே அழைத்துக்கொண்ட அவரின் சொற்கள் மட்டுமே சன்னதித்தெரு வீட்டில் கேட்பாரற்றுக் கிடந்தன. ஒவ்வொரு இரவின் துவக்கத்திலும் விளக்கேற்ற சசி மட்டும் அங்கிருந்தான். அவர் படித்து முடித்த ஹிண்டு செய்தித்தாள்கள் கட்டுக் கட்டாய் மரத்தோருகே கிடந்தன.

என் குழந்தையை என் கையிலிருந்து யாரோ வெடுக்கென பிடுங்கிப்போய் விட்டதாக உள்ளூர உணர்ந்தேன். நாட்டு ஓடுகள் வேயப்பட்ட சன்னதித்தெரு வீட்டின் யாருமற்ற தனிமையும், 'சசி' ஏற்றி வைத்த விளக்கொளியில் தனித்தலைந்து கொண்டிருந்த நாட்கள் அவை.

இச்சந்திப்பின் தொடர்ச்சிபோல எழுத்தாளர் பாலகுமாரன் திருவண்ணாமலை அரசுக்கல்லூரி ஆண்டு விழாவிற்கு சிறப்பு அழைப்பாளராக வந்திருந்தார். நட்பின் அடிப்படையில் அவரைப் பார்க்க கல்லூரிக்குப் போயிருந்தோம். விழா முடிந்து கல்லூரி வளாகத்தைக் கடக்கும்வரை மௌனம் காத்தோம். ஆனால் பாய்ச்சலுக்கான பதுங்கல் அது என நான் யூகித்தேன். பாலகுமாரன் ஒரு சிகரெட்டை எடுத்துப் பற்ற வைத்துக்கொண்டு, "சொல்லு பவா, ஜெயமோகன்ற அந்த நாயி யாரு?" என்றார் உரத்த குரலில். அக்குரலின் வன்மம் எங்களைத் தொடர்ந்து வந்து கொண்டிருந்த மூணுநாலு பேரின் நடையை நிறுத்தியது. நானும் கொஞ்சம் நிதானித்தேன். பாலகுமாரனே தொடர்ந்தார். "அவன் என்ன பெரிய மயிரு நாவல் எழுதியிருக்கான். ரப்பர்ன்னா அதுல இருந்து பால் வடியணும்" என்று வாசிப்பின்றி, தான் கேள்விப்பட்டதை வைத்தே வீடுகட்டிக் கொண்டிருந்தார். "நான் ஸ்டார், தமிழ் வாரப்பத்திரிக்கைகளுக்கு எழுத நேரமில்லாமத் தவிக்கிறேன். பத்து கை வேணும், பத்து வருசத்துக்கு. என்னை விட்டா யாரு இருக்கா? அரசியல், சினிமா, இலக்கியம் இவற்றின் தொடர் அழைப்புகளுக்கு ஈடுகொடுக்க முடியாம இருக்கும் எனக்கு எந்த விதத்தில் இந்த நாயி போட்டி?"

"சார்...." இது நான்.

"கசடதபற காலத்தில் நான் பேசிய கெட்டவார்த்தைகளை இவன் என்னை மறுபடியும் பேச வச்சுட்டான். என்னை மகான்ட்ட முனிசிபாலிட்டி குப்பைன்னு சொன்னானாமே?"

ரமணாஸ்ரமத்திற்கு முன் இருந்த அவர் நண்பர் எல்.ஐ.சி. ஜெயராமன் வீடுவரை தொடர்ந்த அந்த வசவுகள், அவர் வீட்டுத் தோட்டத்துக் கிணற்றுத் திட்டில் உட்கார்ந்தபோதும் நீடித்தது.

என் பதில் எல்லாமும் தயவுதாட்சண்யமின்றி நிராகரிக்கப்
பட்டது. நான் பேச்சற்றுப் போயிருந்தேன்.

பாலகுமாரனுடன் சொல்லிக்கொள்ள எதுவுமில்லையென
முடிவுசெய்து அங்கிருந்து வெளியேறினேன். மன
அலைக்கழிப்புகளுக்கிடையே நடந்துகொண்டே இருந்தேன்.
அதுதான் நான் பாலகுமாரனைச் சந்தித்த கடைசி தினமென்று
நினைக்கிறேன். பாலகுமாரன் நெருக்கம் பொருட்டு சுரத்குமார்
மீதும் லேசான வெறுப்பேற்பட்டது. இவர்களுடனான விலகல்
எனக்கு அவசியம் என முடிவு செய்தேன். அதன் பிறகு
நீண்டநாட்கள் எங்கள் சந்திப்பு சாத்தியமற்றுப் போயிருந்தது.

கையிலடங்காத நீரின் சுழிப்பு

அப்பா

வயசோ வருஷமோ ஞாபகத்தில் இல்லை. ஐந்தாவதோ, ஆறாவதோ படித்துக் கொண்டிருந்ததாக ஞாபகம். அது ஒரு ஞாயிற்றுக்கிழமை. அப்பாவின் சைக்கிள் கேரியரில் உட்கார்ந்துகொண்டு பேசிக்கொண்டே நிலத்திற்குப் போகும் அனுபவம் எப்போதும்போல அன்றைக்கும் வாய்த்திருந்தது.

புதிதாய் வாங்கின புஞ்சை நிலத்தில் கிணறு வெட்டு நடந்து கொண்டிருந்தது. கிணற்றுமேட்டில் அப்பாவோடு உட்கார்ந்து கொண்டு நிமிஷத்துக்கொரு தடவை கிணற்றை எட்டிப் பார்த்துக் கொண்டிருந்தேன். வெள்ளை மொரம்பு, ஒட்டடந்தட்டின் வழியே வெளியேறிக் கொண்டிருந்தது. ஒவ்வொரு தட்டு மொரம்பும் கொட்டப்படும் போதெல்லாம் அப்பா எதையோ தேடும் ஆர்வத்தோடு திரும்பிப் பார்த்துவிட்டு, அடுத்த நொடியே கிணற்றுக்குள் பார்க்கிறார். உள்ளே ஆறேழு பேர் வேலை செய்கிறார்கள். கடப்பாரைச் சத்தம் மட்டுமே மேலேறி வருகிறது. புதிர்களால் கிணறும் சூழலும் நிரம்பியிருந்தது.

இப்போது வெளியே வந்து விழுந்த மொரம்பில் லேசான ஈரம் தெரிந்தது. இதற்காகவே தவமிருந்ததுபோல் அப்பா ஓடிப்போய்

அதை அள்ளித் தன் முகத்தருகே சமீபித்தார். அந்த வெள்ளை மொரம்பைத் தன் முகத்தால் ஸ்பரிசித்தார். அதன் சில்லிடலில் அப்பாவின் முகம் பிரகாசமடைந்தது.

"வையாபுரி, நொசுவுல ஈரம் தெரியுது. இரு இரு

நானே உள்ள வரேன்" என்று ஆர்வம் மேலிட எழுந்த சத்தம் எல்லோரையும் மேல் நோக்கித் திரும்ப வைத்தது.

நீண்டு தொங்கிய ஒரு கயிற்றினூடே அப்பாவும், காலியான அந்த ஒட்டந்தட்டின் வழியே நானுமாய் உள்ளே இறங்கினோம். கிணற்றுக்குள் நல்ல இருட்டு. உள்ளே நின்றிருந்த ஆறேழு பேரையும் கண்கள் பழகிக்கொள்ளச் சில நிமிஷங்கள் தேவைப்பட்டன. கிணற்றுக்குள்ளிருந்து மேலே பார்த்தால் அச்சம் ஒரு விலங்கைப்போலக் கரையில் உட்கார்ந்திருப்பது தெரிந்தது. அந்த அச்சத்தைத் தவிர்த்து, பார்வையைத் தரையிலேயே நிலைக்க முயற்சித்தேன்.

"வையாபுரி மொரம்புல ஈரம் தெரியுது. எந்தப் பக்கம்?"

"சனி மூலையில வாத்தியார"

அப்பா நிதானிக்கிறார்.

தன் அனுபவத்தாலும், பார்வையாலும் அப்பாவின் கண்கள் ஒரு குறிப்பட்ட வெள்ளைக் கல்லின்மீது படிகிறது.

"இந்தக் கல்லுக்குக் கீழ கடப்பாரையால மொள்ள நெம்பு"

எல்லோர் பார்வையும் கடப்பாரை நுனி விழப் போகும் அந்தச் சின்னக் கல்லின்மீது குவிய, வையாபுரி கடப்பாரையால் கல்லுக்கடியில் தாங்கி நெம்புகிறார்.

"நீர்"

இத்தனை யுகமாய்க் கல்லின் முட்டுக்குள் அடங்கியிருந்த நீரின் பிரவாகம். இருட்டிலும் மிளிர்ந்த அந்த மனித முகப் பிரகாசங்கள் அதற்குமுன் எப்போதும் நான் காணாதவை.

அப்பா என்னைத் தழுவித் தூக்கி, அந்த ஊற்றுக்கண்ணில் முகம் புதைய நீர் அருந்த வைக்கிறார். நான் ருசியால் சில்லிடுகிறேன்.

நீர் எங்களின் கால்மீதேறி நனைக்கிறது. நாங்கள் நிறைகிறோம்.

ஊற்றின் வேகம் அப்பாவை இன்னும் ஆர்வப் படுத்துகிறது.

“வையாபுரி உள்ள ஆறு, கீறு ஓடுதா பாருய்யா”

அப்பாவின் அந்தக் குதூகலம், என் வயதுக்கானது.

காலம், காலமாய்ப் பீறிட்ட அந்த ஊற்றை ஒரு சின்ன மொரம்புக் கல் தடுத்து வைத்திருந்தது மாதிரி நானும் அப்பாவைப் பற்றிய என் ஞாபகங்களை எழுதிவிடக் கூடாது என்ற பிடிவாதத்திலிருந்தேன். எழுத்தின் தொடக்கம் எனக்குத் தெரியும், முடிவு நானறியாதது. எனக்குள்ளேயே அந்த ஊற்றுநீர் ததும்பிக்கொண்டிருந்தது. அதன் இசை வடிவமான சத்தம் என் ஜீவன். அடைத்துக் கொண்டிருந்த அக்கல்லை இன்று என்னிலிருந்து அகற்றுகிறேன்.

“அப்பா”

கொட்டிக் கிடக்கும் அனுபவங்களிலிருந்து எதை அள்ள?

எதை விட?

அப்பாவின் ஆசிரியப் பணி முடிந்து ஓய்வுபெற்ற சமயம் அது. ஒரு சட்டமன்றத் தேர்தலுக்குத் தமிழ்நாடு தயாரானது. சி.பி.ஐ.(எம்), திமுகவுடனும், அதிமுக காங்கிரஸ் கட்சியுடனும் கூட்டணி வைத்திருந்தது. நான் திமுக வேட்பாளருக்குத் தீவிரமாய்க் களப்பணியிலிருந்தேன். தேர்தலுக்கு முந்தைய இரவு காங்கிரஸ் கட்சிக்கு பூத் ஏஜண்ட் கிடைக்காமல், மறதியின் பக்கங்களிலிருந்து பழைய காங்கிரஸ்காரரான என் அப்பாவை மீட்டெடுத்து, வாக்குச்சாவடியின் காங்கிரஸ் வேட்பாளரின் முகவராக உட்கார வைத்தார்கள். திமுக சார்பாக அன்று பூத் முகவராக இருந்த எனக்கு இது பெரும் அதிர்ச்சி. சகலவிதமான தில்லுமுல்லுகளோடும் இருதரப்பினரும் வாக்குகளைப் பதிய வைத்துக் கொண்டிருந்தார்கள்.

எங்கள் வீட்டிலிருந்து என் பாட்டியைக் கண் தெரியாதவர் எனச் சொல்லி ஒரு திமுக உடன்பிறப்பு சாவடிக்குள் அழைத்து வந்தது. அதாவது அந்தப் பாட்டிக்குக் கண் தெரியாது. அதனால் அவர் உதவியோடு வாக்கை அந்தத் திமுகக்காரரே பதிப்பார். அப்பா ஆக்ரோஷத்தோடு இதை எதிர்த்தார். அதிகாரியிடம் "சார் இவங்க என் சொந்த மாமியார், என் வீட்லதான் இருக்காங்க. நல்லா கண்ணு தெரியும் சார்'' என நீதியின் குரலைக் கொஞ்சம் உயர்த்தினார்.

நான் "சார் இவங்க என் சொந்த பாட்டி சார், பத்து வருஷமா கண்ணே தெரியாது சார்" என்ற ஒரு பெரும் பொய்யை அநீதியின் பலத்திலிருந்துச் சொல்ல, ஓட்டு அரசியல் எனக்குக் கற்றுத் தந்திருந்தது.

அந்தச் சாவடியின் பூத் அதிகாரி என் பாட்டியின் உயரத்திற்குக் குனிந்து,

''பாட்டிம்மா கண்ணு தெரியுமா''? எனச் சத்தம் போட்டுக் கேட்டார். வரிசையில் நின்ற எல்லோரும் திரும்பிப் பார்க்கிறார்கள். பாட்டி மிகக்கவனமாக,

''பத்து வருஷமாச்சு சார் கண்ணு அவிஞ்சு,'' என்றது நிதானமாக, வாங்கியிருந்த 50 ரூபாய்க்கு விசுவாசமாக.

அப்பா, "இந்த அரசியலும் வேணா, ஒரு மயிரும் வேணா"ன்னு அந்த இடத்திலிருந்து வெளியேறினார்.

அவர்முன் ஜெயித்துவிட்ட திமிரில் நின்ற நான்தான் அடுத்த தலைமுறையின் பிரதிநிதி. தனக்கு அடுத்த சந்ததி நேர்மை, அன்பு, உறவு எல்லாவற்றையும் பணத்துக்காக விற்கத் துணிவதை அவர் மனம் கடைசிவரை ஏற்கவேயில்லை.

அவருக்கான சில நியாயமான கோரிக்கைகளில் கடைசிவரை அவரால் வெற்றியடைய முடியாதபோது, நாங்கள் எவ்வளவு தடுத்தும் தான் பெற்ற நல்லாசிரியர் விருதை (100 கிராம் எடையுள்ள வெள்ளிப்பதக்கம் அது) ஒரு நீண்ட கடிதத்துடன் அரசுத் தலைமைச் செயலருக்குத் திருப்பி அனுப்பினார்.

மத்திய அரசுக்கெதிராக இடதுசாரிக் கட்சிகள் நடத்திய பாரத் பந்த் அது. சட்டம் ஒழுங்கைச் சீர்குலைப்பவர்கள் எனப் போலீஸ் கருதிய பட்டியலில் என் பெயரும் நண்பன் கருணா பெயரும் இருந்தது. இன்றிரவு நிச்சயம் கைது செய்யப்படலாம் எனக் கருதிய பொழுதில் நண்பர்கள் எல்லோரும் எங்கள் வீட்டில் குழுமினோம். எல்லோர் முகத்திலும் பதட்டமும், கைது நடவடிக்கையிலிருந்து தப்பிக்கவுமான அவசரமும் இருந்தது. சாப்பிட்டபிறகு, மூங்கில்துறைப்பட்டுக்குச் சென்று என் நண்பர் வீட்டில் தங்குவதென்றும் பந்த் முடிந்த பிறகு திரும்புவது என்றும் முடிவெடுத்தோம். ஒரு ஈசிச்சேரில் படுத்தபடி எங்கள் திட்டம் முழுவதையும் கவனித்துக் கொண்டிருந்த அப்பா திடீரென நாங்கள் யாரும் எதிர்பார்க்காதபடி எழுந்து,

"இங்க பார்டா, இந்த வீட்ல இருந்து போக யாரையும் நான் விடமாட்டேன். பந்த்ல அரெஸ்ட் ஆகுங்க, அல்லது கட்சியில இல்லன்னு எழுதிக் கொடுத்துடுங்க. மீறிப்போனா, நானே எங்க போயிருக்கீங்கன்னு போலீசுக்குச் சொல்லிடுவேன்" என கர்ஜித்தார்.

எதிர்பாராத இந்தத் தாக்குதலால் நாங்கள் நிலைகுலைந்தோம். அவர் எதிர்பார்த்தபடியே அன்றிரவு நான் கைது செய்யப்பட்டேன். என் நண்பர்கள் தப்பித்தார்கள். கொள்கையின் மீதான இந்த மூர்க்கத்தைத் தன் இறுதி நாள்வரைத் தனக்குள் வைத்திருந்தவர் அவர்.

என் திருமணம் வரையிலும்கூட நானும் அப்பாவும் தெருவில் நின்று சண்டை போட்டிருக்கிறோம். பக்கத்துத் தெருவரை அவர் என்னைத் துரத்தி, துரத்தி அடிப்பது என் கல்லூரிப் படிப்பு முடியும்வரை தொடர்ந்திருக்கிறது. ஒரு முறை நானும் அப்பாவும் போட்ட சண்டையின் தொடர்ச்சியாக அவர் பெட்டியை எடுத்து வெளியில் வீசி எறிந்துவிட்டு நிமிர்ந்து பார்த்தால் எதிரில் தோளில் மாட்டிய தோல் பையோடு கோணங்கி. அவன் அதிர்ச்சியடைந்தான்.

அந்த அனுபவத்தை ''சாரோனின் சாம்பல் இறகு'' என்று சிறுகதையாக்கியிருக்கிறான். பேரன்பினால் எழும் பிரச்சனை இதுவென நல்ல வேளை என்னைப் போலவே கோணங்கியும் புரிந்து வைத்திருந்தான். நானும் இவ்வனுபவத்தை என் "சிதைவு" சிறுகதையில் பதிவு செய்திருக்கிறேன்.

அப்பா தன் இருபத்தி ஆறாவது வயதில் தற்கொலை செய்து கொள்வதென முடிவெடுத்து, வேட்டவலம் மலையில் கோட்டாங்கல் என்ற ஒரு புகழ்பெற்ற குன்றுக்கருகில் தான்தோன்றித்தனமாய் வளர்ந்திருந்த ஒரு எட்டி மரத்தை, தன் தற்கொலையை நிறைவேற்றித்தரத் தேர்ந்தெடுத்திருந்தார்.

மறு பரிசீலனைக்கிடமின்றி மாலை ஐந்து மணிக்குக் கோட்டாங்கல் பாறையில் மல்லாந்து படுத்து வானத்தை வெறிக்கிறார். முன் பனியும் தூறலுமான மாலை அது. எதற்கெனத் தெரியாமலே கண்ணிலிருந்து நீர் வழிகிறது. சரியாக ஆறு மணிக்கு இப்பேரமைதியைக் குலைத்து வாணவேடிக்கைகளும், வெடிச் சத்தங்களும் அவரை அலைக்கழிக்கின்றன. தன் அகமனதை ஊடுருவும் இப்புற உலக இயக்கத்தை எத்தனை தடுத்தும் அவரால் நிறுத்த முடியவில்லை.

கண்கள் மேற்கையே வெறிக்கின்றன. சுகுமாரன் சொல்வதைப் போல தற்கொலையில் தோற்றவனின் மௌனமல்ல அது. தற்கொலைக்குத் துணிந்தவனின் மௌனம். எதிரில் ஒரு மங்கலான ஓவியம்போலத் திருவண்ணாமலை மலை தெரிகிறது.

தீபச் சுடரொளி பற்றிப் பிரகாசிக்கிறது. அவ்வொளியின் வெப்பத்தை இம்மலைமேட்டில் படுத்துக்கிடக்கும் அப்பாவின் சரீரம் உணர்கிறது.

துடித்தெழுகிறார்.

அதற்குப்பிறகும் அந்த எட்டி மரத்தில் ஆறேழு நாட்கள் அந்தக்கயிறு தொங்கி கொண்டிருந்ததாகவும், பின்பொருநாள் அப்பாவே அதை அகற்றியதாகவும் சொல்வார்.

தன் இறுதி நாள்வரை அப்பாவை ஒரு நாத்திகனாகவே நாங்களெல்லாம் அறிந்தோம். வெளிவாழ்வு, உள்வாழ்வு

இதெல்லாம் தெரியாத மனுஷன் அவர். ஆனால் தன் வாழ்வின் அந்திமம் வரை ஒரு ரகசியத்தை அடைகாத்தார். அவர் இறப்பதற்கு ஐந்து வருடத்திற்கு முன்பு ஒரு கார்த்திகை தீபத்தன்றுதான் அந்த இரகசியத்தை அவிழ்த்துப்பார்த்தோம்.

ஒவ்வொருத் தீபத்தன்றும் காலையிலேயே குளித்து முடித்து, தூய வெள்ளை உடுத்திப் பத்து மணிக்கு சைக்கிளில் புறப்படுவார். எங்கேயெனக் கேட்க யாருக்கும் துணிவிருக்காது. பதிலைக் குடும்பத்துக்குள் கொட்டிவிட்டுத்தான் புறப்படவேண்டும் என்ற கட்டாயம் எப்போதும் இருந்ததில்லை அவருக்கு.

ஒரு மணிக்குத் திரும்பி விடுவார்.

ப்ராட்டஸ்டன்ட் கிறிஸ்துவக் குடும்பமாகிய எங்கள் வீட்டில் எந்தக் கார்த்திகை தீபத்தன்றும் மத்தியானத்தில் சமைத்ததில்லை. தீபம் பார்த்த பிறகே, மொட்டைமாடியில் இலை போட்டுச் சாப்பாடு. அதுவரை யாரிடமும் எதுவும் பேசாமல் ஏதோ அடங்காத மனநிலையில் உலாத்திக் கொண்டிருப்பார். தீபம் பார்த்த பிறகே மனம் அமைதியடையும் அவருக்கு. தனக்கு வாழ்வு கொடுத்த தீப ஒளிக்கு பல ஆண்டுகளாக அவர் செலுத்தும் மௌன அஞ்சலி என நான் அதைப் புரிந்து கொண்டேன்.

ஐம்பது ஆண்டுகளுக்குமுன் தோல்வியில் முடிந்த அந்த தற்கொலை முயற்சியின் அலைக்கழிப்பு இப்படி முடிந்தது.

1999 நவம்பர் 23. அதே தீபத் திருநாள். ஊரே பரபரப்பில் இயங்குகிறது. அப்பாவால் சைக்கிளை எடுக்க முடியாது. முதுகுத் தண்டில் அடிபட்டு எழ முடியாமல் படுத்திருந்தார். காலை பத்து மணியிருக்கும், என்னைத் தன் படுக்கையருகே அழைத்து அமரச் சொல்கிறார். கண்களில் துளிர்க்கும் நீர் வழிகிறது.

'பவாய்யா, ஐம்பது வருஷமா உங்க யாருக்கும் தெரியாம ஒவ்வொரு கார்த்திகைக்கு மட்டும் என் பேர்ல அரைக்கிலோ நெய் வாங்கி தீபத்துக்குக் கொடுப்பேன். இன்னக்கி என்னாலப் போக முடியலை. நீ எனக்காகச் செய்வியா?' வார்த்தைகளில் கொஞ்சம் அவ நம்பிக்கையிருந்தது.

என் துக்கமும் கண்ணீராய்த்தான் வழிந்தது.

‘எனக்கப்புறமும் என் பேர்ல இதைச் செஞ்சுடுப்பா’ என் சிறுவயது முதலே மார்க்சிய சிந்தனைகளில் வளர்ந்த எனக்கு வீட்டிற்குள்ளிருந்தே ஒரு நாத்திகனால் விடப்படும் முரண்பாடான கோரிக்கை இது.

‘கண்டிப்பா செய்வம்ப்பா’

அன்று மாலை தீபம் ஏற்றும் முன் நான் நண்பர் ஒருவரைப் பார்க்க வெளியில் போயிருந்தேன். ஒரு அதிர்ச்சியான தொலைபேசி அழைப்பில் ஜனக் கூட்டத்தை விலக்கி வீட்டிற்கு வந்தேன். ஹாலில் அப்பாவைப் படுக்க வைத்து எல்லோரும் சுற்றி நின்று அழுது கொண்டிருந்தார்கள்.

‘எப்படி ஷைலஜா?’ என்றேன். அப்பாவுடனான கடைசி உரையாடலை அவள் என்னிடம் சொன்னாள்.

‘தீபம் பார்க்க மாடிக்குப் பே றம்பா’

‘பாத்துட்டு வாங்கம்மா’

தீப ஒளியை அவசரமாக தரிசித்துவிட்டுக் கீழிறங்கி வந்து,

‘அப்பா தீபம் ஏத்திட்டாங்கப்பா’ என்றிருக்கிறாள்.

‘ரொம்ப சந்தோஷம்மா’

அதுதான் அப்பா பேசின கடைசி வார்த்தை.

ஒவ்வொரு வருடமும் மலைமீது ஏற்றப்படும் தீப ஒளிக்கு, ஒரு மார்க்ஸியக் குடும்பத்திலிருந்து கொடுக்கப்படும் அப்பாவின் பெயரைத் தாங்கின அரைக்கிலோ நெய்க்குடமும் உண்டு.

இடப்பெயர்வை நிராகரித்து இயற்கைக்குத் திரும்புதல்

காயத்ரி கேம்யூஸ்

இமாக்குலேட் கேம்யூஸ் என்ற ஸ்பானியப் பெயரை, காயத்ரி கேம்யூஸ் என்று தமிழ்ப்படுத்திக் கொண்டு, தன் காதல் கணவனும் கவிஞனுமான ஆனந்த் ஸ்கரியாவுடன் இந்தியா முழுக்கச் சுற்றித் திரிந்து, இப்போது திருவண்ணாமலையில் கொஞ்சம் நிலம் வாங்கி, குடில் அமைத்து, மரம் வளர்த்து, செடி அரும்பப் பூப்பூக்கும் தருணங்களைத் தனதாக்கிக் கொண்டு வாழும் காயதரி கேம்யூஸ் எனக்கு அறிமுகமானது ஓவியர் பி.கிருஷ்ணமூர்த்தி மூலம்தான்.

அவருடைய ஓர் ஓவியக் கண்காட்சியைத் துவக்கி வைக்க யாரை அழைக்கலாம் என யோசித்தபோது, எனக்கு அவரால் முன்மொழியப்பட்ட பெயர் காயத்ரி கேம்யூஸ். எப்போதும் புதியனவற்றைத் தேடியடைய நாட்களைத் தள்ளிப் போடாத நான், அடுத்த பத்தாவது நிமிஷத்தில் ரமணாஸ்ரமத்திற்கு முன் நீண்டு செல்லும் அத்தெருவில் காயத்ரி-ஆனந்த் வீட்டு காம்பவுண்டுக்கு முன் நின்றேன். புதிய மனிதர்களை அறிந்து கொள்ளும் ஆர்வத்தின் நுனியில் இருந்தேன்.

வெற்றுடம்புடனும், நீண்டு தொங்கும் முடியுடனும், அதே அளவிற்கான தாடியுடனும் ஒரு புதிய மனிதனை நான்

எதிர்கொண்டேன். அவர், அந்த வீட்டுத் தாழ்வாரத்தில் கால் நீட்டி உட்கார்ந்து புகைத்துக் கொண்டிருந்தார். உதடுகளில் பொருந்தியிருந்த பீடியிலிருந்து வந்து கொண்டிருந்தது பீடிப் புகையில்லை என்பதை அறிய அதிக நேரம் தேவைப்படவில்லை.

“நான் கிருஷ்ணமூர்த்தி சாரின் நண்பன்”

“எந்த கிருஷ்ணமூர்த்தி?”

“ஓவியர். பி. கிருஷ்ணமூர்த்தி”.

நிதானமாக நான் அந்த வீட்டு ஹாலில் வைக்கப்பட்டிருந்த ஓவியங்களைப் பார்த்துக் கொண்டிருந்தேன். அறையெங்கும் வியாபித்திருந்த கேன்வாசுகளுக்கிடையிலிருந்து கையில் எனக்கான ஒரு தேநீர்க் கோப்பையோடு வெளிவந்து கைகுலுக்கிய அந்த மனுஷிதான் இன்றளவும் என் ஆத்மார்த்த ஸ்நேகிதி காயத்ரி கேம்யூஸ். காயத்ரியே ஒரு மோனோலிசா ஓவியம் மாதிரியிருந்தார்.

கடந்துவிட்டது பத்து பனிரெண்டு வருடங்கள்.

இதனிடையே எத்தனை எத்தனை அனுபவங்கள், உரையாடல்கள், தோல்விகள், துரோகங்கள், செழுமைகள், வீழ்ச்சிகள். எல்லாவற்றையும் உள்வாங்கி உதறிவிட்டு நட்பை மட்டுமே தனக்குள் தேக்கித் தினம் தினம் புதுப்புதுப் படைப்புகளுக்கு உயிரூட்டிக் கொண்டிருக்கும் காயத்ரியின் ஓவியங்கள் முதல் பார்வையில் நம்மை ஏமாற்றக் கூடியவை. இதில் என்ன இருக்கு என்று ஏமாற்றும் அதன் ஆழம்.

இந்திய இளம் ஓவியர்களில் காயத்ரியின் இடம் பின்னுக்குத் தள்ள முடியாதது. இதற்காக அவர் கொடுத்த விலை மதிப்பட முடியாதது. தன் எல்லா ஓவியங்களுக்குள்ளும் ஒளித்து வைத்திருப்பது இயற்கையின் ரகசியங்களைத்தான்.

இடம் பெயர்ந்த மனிதர்கள், பறவைகள், விலங்குகள், நீர்நிலைகள் இவற்றின் உருவங்களை வெவ்வேறு மனநிலைகளில் குழைக்கிறார். அதனதன் இடங்களிருந்து மாற்றிச் சீட்டுக்கட்டுகளைப் போலக் கலைத்துப் போடுகிறார். எப்படிப் போட்டாலும் இயற்கையின் மகோன்னதம் ஒளிரும்

பேரழகு அவ்வோவியங்களில் ஒளிர்கிறது. ஒளிரும் சூரியனை ஒரு அறைக்குள் அடைத்துவிட ஒருபோதும் முயன்றது இல்லை. சூரியனை அதன் தொலைவில் இருந்தே நமக்கு அதன் சூட்டோடும், ஒளியோடும் உணர வைக்கிறார். இவ்வுலகின் மனிதர்கள் உட்பட சகல ஜீவராசிகளுக்கும் விதிக்கப்பட்ட இடப்பெயர்வே காயத்ரியின் ஓவியங்களின் அடிநாதம். இந்த இடப்பெயர்வுக்குள்ளான மனிதர்கள், பறவைகள், வாழ்விடங்கள் மறுக்கப்பட்ட விலங்குகள், நீரின் போக்குகள், எல்லாமும் அவரின் தூரிகையின் வழியே கேன்வாஸ்களில் அடைக்கலமாகின்றன. இந்த இடப்பெயர்வு நம்மை இயற்கையிலிருந்து எத்தனை எத்தனை தூரத்திற்கு அப்பால் கொண்டுவந்து போட்டிருக்கிறது!

எங்கே தொலைத்தோம் நம் பொறையாத்தம்மனையும், பச்சையம்மனையும்? நம் தேடுதலைப் போலவே காயத்ரியும் ஸ்பெயினில் தொலைத்த தன் பச்சை மாமாவை நம்மூர் பச்சையம்மன்களில் தரிசிக்கிறார். இந்த இரு சிறு தெய்வங்களும் சந்திக்கும் இடம் இயற்கைக்கு மட்டுமே சொந்தமானது. அதற்கு தேவஸ்தானமோ, கருங்கல் மதிலோ, மூன்று கால பூஜையோ தேவையில்லை. பெரும் மழைப்பொழிவையும், கவியும் பனியையும், உருக்கும் வெய்யிலையும் குடித்து வாழும் நம் மூதாதையர்தான் இங்கே பச்சையம்மனும் அங்கே பச்சை மாமாவும்.

வண்ணங்கள் குழைத்துத் தீட்டவும், சிற்பங்கள் செய்யவும், புகழ்பெற்ற ஓவியர்கள் குறித்தும் சிறுவர்களுக்குத் தன் அரைகுறைத் தமிழில் சொல்லித் தருகிறார். தன் படைப்பாளுமை இவ்விதம் கரைய, வருமானம் தரும் படைப்பாக்கங்கள் அவரது விரல் தீண்டலுக்காக ஒரு காவல்நாய் மாதிரி வாசலில் காத்து நிற்கும்.

காயத்ரியின் ஒரு புதிய கண்காட்சியைக் காண நானும் கோணங்கியும் ஃபோர்ட் கொச்சினுக்கு அழைக்கப் பட்டிருந்தோம். தேநீருக்குப் பதிலாக ரெட் ஒயின் கொடுத்துப்

பார்வையாளர்கள் வரவேற்கப்பட்டது எங்கள் இருவருக்கும் தமிழ்நாட்டு இலக்கியக் கூட்டங்களின் ஒழுக்கப்பட்டியலை நினைவூட்டியது.

அன்றிரவு வீசிய பனிக்காற்றில், கடுங்குளிரில் படுத்திருந்த எங்கள்மீது ஒரு கம்பளியைப் போர்த்தி, கொசுவர்த்தி ஏற்றித் தூக்கத்தை அமைதிப்படுத்திய காயத்ரி பற்றி அடுத்தநாள் காலை கோணங்கி சொன்னான்,

"எந்த வெள்ளைக்காரர்களுக்கும் கிட்டாத இந்திய மனம் வாய்க்கப்பெற்ற விநோத மனுஷி இவள். நம்மூர் மதினிமார்கள் மாதிரியே"

இது மிகவும் முக்கியமான இடம். பலருக்கும் வாய்க்காத அல்லது பலரும் கடந்து சென்றுவிட்ட இந்த இடம்தான் காயத்ரி என்ற மனுஷியைப் படைப்புகளை மீறி நேசிக்க வைக்கிறது.

டென்மார்க் ஸ்நேகிதி ஒருத்தியுடன் பலநாட்கள் நட்பாக இருந்துள்ளேன். எனது நண்பர் ஒருவர் சென்னையில் நட்சத்திர விடுதியொன்றில் அவருக்கு விருந்து கொடுத்திருக்கிறார். நானும் பலமுறை எனது வீட்டிற்கு விருந்திற்கு அழைத்துள்ளேன். ஒருமுறை திருவண்ணாமலையில் உள்ள வெளிநாட்டுக் காரர்களுக்கான உணவகம் ஒன்றில் அவரைச் சந்திக்கச் சென்றிருந்தேன். என்னை வரவேற்று காபி ஆர்டர் செய்தார். இறுதியில் என் காபிக்கான பில்லை என்னையே தரச் செய்தார். இத்தன்மையின் அதிர்விலிருந்து மீள, பல நாட்களானது எனக்கு.

ஆனால் தனது தீவிரமான படைப்பாக்கத்திற்கு நடுவில் தன்னைக் காண வரும் நண்பர்களுக்கும், சுற்றியுள்ள குழந்தைகளுக்கும் தானே சமைத்து உபசரிக்கும் காயத்ரியின் தன்மை வேறு யாருக்கும் வாய்க்காதது.

காயத்ரியின் சமீபத்தியப் படைப்புகளில் தாங்கமுடியாத தனிமை திரும்பத் திரும்ப அழுத்தமாகத் தீட்டப்படுகிறது. வெட்டப்பட்ட பலநூறு மரத்தூர்களுக்கு மத்தியில் கட்டில் போட்டு தூங்கமுயலும் ஒரு மனித முகம் ஆயிரம் பக்க நாவலைவிடப் பெரும் தொந்தரவு தரக்கூடியது. என்னால் அந்த

ஓவியத்தை வீட்டில் மாட்ட முடியாது. அதில் அழுத்தும் தனிமை என்னைக் கொல்லும்.

மரத்தையும், பச்சையத்தையும் இழந்த பறவைகள், வளைந்த இரும்புக் கம்பிகளில் கூடுகட்ட முயலும் துயரம் மனதைப் பிசைகிறது. மரம் வளர்க்கப் போதிக்கப்படும் ஒரு நூறு உபதேசங்களை ரத்துசெய்து விட்டு இப்படத்தைப் போஸ்டராக்கி ஒவ்வொரு பள்ளிக்கூடத்திலும் காட்சிப்படுத்தலாம்.

நேரடியான வண்ணங்களைத் தனது ஓவியங்களில் தொடர்ந்து மறுக்கிறார். காயத்ரியின் விரல்களால் ஏதோவொரு விகிதத்தில் குழைவுபெறும் கலவை நம் நினைவுகளில் ஏற்கனவே படிந்துள்ள வண்ணத்தை அழிக்கிறது.

இந்த மையம்தான் காயத்ரியின் படைப்பியக்கம். இந்த வெளியில்தான் ஒரு ஜிப்சி மாதிரி அவர் அலைந்து திரிவது, அல்லது இந்த இடப்பெயர்வைத் தாங்கமுடியாத ஒரு பெண் மனதின் பிரதிபலிப்புகள்தான் கேன்வாசில் வண்ணங்களாகப் பதிகிறது.

நான் சென்ற மாதம் என் ஸ்நேகிதியும், கவிஞருமான தமிழச்சி திருவண்ணாமலைக்கு வந்திருந்தபோது, அவருக்குப் பரிசளிக்க காயத்ரியின் ஓர் ஓவியத்தைத் தேர்ந்தெடுக்கலாமென என் நண்பர் எஸ்.கே.பி. கருணாவிடம் சொன்னபோது, ஒரு நிமிடமும் யோசிக்காமல் சம்மதித்தார். கலைஞர்களின் அருமையைத் தனக்குள் தேக்கி வைத்துள்ள நண்பர் அவர்.

ஒரு கவிதையைக் காட்சிப்படுத்தியிருந்தது மாதிரியான ஒரு சிறு ஓவியம், அப்பரிசுக்குத் தன்னைக் கோரியது. மறுக்க மனமின்றி அதை காயத்ரியிடம் கேட்டேன்.

“எவ்வளவு பைசா தருவாங்க பவா?”

என்று தன் அரைகுறைத் தமிழில் கேட்ட விநாடி, நான் மெல்லத் தலை திருப்பி காயத்ரியின் முகத்தையே பார்த்தேன்.

இது காயத்ரியின் குரலே அல்ல.

விலை மதிப்பிட முடியாதவை தன் படைப்புகள் என்ற சிறு அகம்பாவம் எல்லாக் கலைஞர்களைப் போலவே காயத்ரிக்கும் உண்டு. காலைக் கவ்விப் பிடித்திழுக்கும் வெறிநாயின் கோரப் பற்களால் தினவாழ்க்கை அவர்களையும் கவ்விக் கொண்டுள்ளது. ஒழுகும் ரத்தத்தைத் துடைக்கவும் நேரமின்றி இயங்கும் கைகளையும் மறிக்கிறது அவரின் அன்றாடங்கள்.

இருபது வருடங்களுக்கு முன், தன் சாம்பல் நிறக் கேன்வாசிலிருந்து இறங்கி வந்த கள்ளம் கபடமற்ற அதே குழந்தையின் முகம்தான், இப்போதும் என் சிநேகிதி காயத்ரியின் முகம். முற்றிய தன் படைப்பை ஒரு நாளின் எந்நேரமும் தன் சக கலைஞர்களிடம் காட்டி மகிழும், கவிமனதை இன்றளவும் காப்பாற்றி வைத்திருக்கிறார்.

அவரே வடிவமைத்து, பார்த்துப் பார்த்துக் கட்டிய ஒரு பெரும் குடில், கட்டி முடித்த பத்தாவது நாள் ஒரு தீ விபத்தில் முற்றிலும் எரிந்து முடிந்த சாம்பலின் முன், பெருகும் துக்கத்தை மறைக்க முயன்று அமைதியாய் நின்றேன்.

தன் சில ஓவியங்களும், பொருட்களும், கணினியும் கருகிய அந்த இடத்தில் நிலைகுலையாமல் நின்றிருந்த காயத்ரியின் பிம்பம் எப்போதும் அகலாதது.

தன் மனநிலைகளை ஓவியமாக வரைவதும், கேலரிகளுக்கு அதை விற்பதுமாகத் தன்னைச் சுருக்கி கொண்ட படைப்பாளி இல்லை காயத்ரி. தன் வீட்டிற்கருகில் வேரூன்றி இருந்த முப்பது வருடப் பழமையான வேப்பமரத்தை வெட்ட விடாமல் தடுத்த அவரின் மூர்க்கம் கண்டு, பின்வாங்கிய திருவண்ணாமலையின் பலம்வாய்ந்த ஒரு ரியல் எஸ்டேட் அதிபரை எனக்குத் தெரியும்.

நிலத்தை அழித்து ப்ளாட் போடுபவனுக்கு, நீரை மறித்து மணல் அள்ளுபவனுக்கு, காட்டை அழித்து மரம் கடத்துகிறவனுக்கு, குழந்தைகளின் பால்யம் சிதைத்து ஸ்கூல் நடத்துகிறவனுக்கு, உடல் வேட்கைக்காக ஆள் பிடிக்கிறவனுக்கு, பெரும்பான்மை மக்களின் அறியாமையில் அரசியல் செய்கிறவனுக்கெல்லாம் பணம் தொடர்ந்து குவிகிறது.

அவர்களை வசதியான வாழ்விற்கு அப்பாலும் எதையாவது தேடி அலையச் செய்கிறது. காயத்ரி போன்ற உன்னதங்களைத் தொடர்ந்து பழிவாங்குகிறது. ஆனால் உலகம் முழுக்கத் தாமதமாகவே என்றாலும் கலைஞர்கள்தான் ஜெயிக்கிறார்கள்.

காயத்ரியின் பயணம் மிக எளிமையானது. அது தன் வண்ணங்களின் வழியே இழந்த இயற்கையைச் சென்றடைய முயல்வது அல்லது இந்த விருப்பமற்ற இடப்பெயர்வை முற்றிலும் நிராகரிப்பது.

19. டி.எம்.சாரோனிலிருந்து

அம்மச்சி மரத்தடியில்

வல்சன் கூர்ம கொல்லேரி

மரங்களடர்ந்த கேரள ஃபோர்ட் கொச்சின் பகுதியில், வியாபித்து இருக்கும் அந்தப் பழமையான ஆலமரத்திற்கு ஒவ்வொரு வருடமும் அங்குள்ள கலைஞர்களும், ஓவியர்களும் எடுக்கும் விழாவிற்கு நான் தொடர்ந்து இருமுறை பயணித்திருக்கிறேன். பரந்து விரிந்து பயமூட்டும் திண்மையோடு நிற்கும் நூறு வருடத்திற்கும் மேற்பட்ட அந்த ஆலமரத்தை அவர்கள் 'அம்மச்சி மரம்' என்று வாஞ்சையோடு அழைக்கிறார்கள். தன் அம்மச்சியின் மடியில் அமர்ந்து அதன் பேரக்குழந்தைகள் எடுக்கும் விழா அலாதியானது. நினைவில் உதிரும் மனிதர்களுக்கிடையே சில அபூர்வமான மனிதர்களையும், கலைஞர்களையும் அவர்களிடையேயான உரையாடல்களையும் ஒரு புள்ளியாக்கி எனக்குள் எப்போதும் பாதுகாத்திருக்கிறேன்.

''காஷி ஆர்ட் கஃபே'' எனப் பெயரிடப்பட்ட அந்தச் சின்னஞ்சிறு அரங்கின் சிவப்பு டெரகோட்டா பதிக்கப்பட்ட தரையில் அங்கங்கே பல நாடுகளிலிருந்து வந்திருந்த

வாசகர்களும், எழுத்தாளர்களும், கலைஞர்களும் உட்கார்ந்திருக்கிறார்கள். புகைப்பதற்கும், குடிப்பதற்குமான முழு சுதந்திரம் அந்த அறை முழுவதும் பரவியிருந்தது. அப்போதுதான் பறிக்கப்பட்ட புத்தம் புதிய பூக்களால் நிரம்பிய செம்பு உருளிகள் அங்கங்கே நம் மனதை ஒருமைப்படுத்துகிறது. நிசப்தம் ஓர் அரூபமாக அங்கே தங்கியிருக்கிறது. கவனிக்கப்படாத தாடியும், அழுக்கடைந்த ஜிப்பாவுமாக ஐம்பது வயதைக் கடந்த ஒருவர் இச்சூழலின்மீது எவ்வித அக்கறையுமற்று கையில் பிடித்திருந்த ஒரு க்ரேயான் பென்சிலால் அந்த வெள்ளைச் சுவற்றில் கிறுக்கிக் கொண்டிருந்தார். அவர் தன் கை லாவகத்துக்கு எடுத்துக் கொண்ட அளவு அந்த சுவற்றின் நீள அகலம் முழுவதும்.

உலக வர்த்தக மைய நொறுங்கலின் சத்தத்தைச் சில மைல்களுக்கு அப்பாலிருந்து கேட்ட, கட்டிட இடிபாட்டிற்கு பயந்து நடுங்கிய, உடலசைவில் உணர்ந்த ஒரு அமெரிக்கப் பெண் கவிஞர் அதைப்பற்றிய தன் மனச் சித்தரிப்பைக் கவிதையாக்கி அந்த அரங்கில் அன்று வாசித்துக் கொண்டிருந்தார். மொழி விலகல் காரணமாக நான் அதில் கவனமின்றி இருந்தேன். அசுரத்தனமாக இயங்கிய அந்த ஓவியனின் கை வேகத்தை மீறி என் மனம் நகரவில்லை. ஒரு மணி நேரத்துக்குள் வரைந்து முடிக்கப்பட்ட அச் சுவரோவியம் ஒரு பாரம்பரிய வெங்கல உருளி. முற்றிலும் க்ரேயானில் நிரப்பப்பட்டிருந்த அதன் வசீகரம் அங்கிருந்த யாவரையும் ஒரு வெளிச்சம்போல் இழுத்தது. அங்கிருந்த வெளிநாட்டுக்காரார்கள் அந்த ஓவியனை அணைத்து முத்தம் தந்து தங்கள் அன்பைச் சொன்னார்கள். அதில் துளியும் ஆர்வமற்றவனாக அங்கிருந்து வெளியேறி ஒரு மர இருட்டில் நின்று தன் சிகரெட்டினுள் அடைக்கப்பட்ட புகையிலைத் துகளை வெளியே எடுத்து, அதனுள், தான் மடித்து வைத்துள்ள காகிதத்திலிருந்து எடுக்கப்பட்ட துகளை நிரப்பி நிதானமாக புகைக்கத் துவங்கிய நிமிடத்தில் நான் வல்சனுக்கு அறிமுகப்படுத்தப்பட்டேன்.

ஒரு புன்னகையால் அதை அங்கீகரித்த வல்சன், நான் தமிழ்நாட்டிலிருந்து வந்திருப்பதில் பெரும் உவகை கொண்டு

"சந்ரு மாஸ்டர் தெரியுமா? ட்ராஸ்கி மருது அறிமுகமா?" என விசாரிக்கும்போதே அவர் கை அழுத்தத்தின் நெகிழ்வை உணரமுடிந்தது.

'வல்சன்' என்று கேரளக் கலைஞர்களால் அன்புடன் அழைக்கப்டும் 'வல்சன் கூர்ம கொல்லேரி' தன் நுண்கலை படிப்பைச் சென்னை ஓவியக் கல்லூரியிலும், தன் முதுகலைப் படிப்பை பரோடா நுண்கலைக் கல்லூரியிலும் தொடர்ந்திருக்கிறார்.

ஒரு முறை வல்சனைத் திருவண்ணாமலைக்கு அழைக்க வேண்டுமென்ற என் ஆர்வம் ஒரு தொலைபேசி உரையாடலிலேயே நிறைந்தது. நான் அழைத்த அன்றே அவர் கொச்சியிலிருந்து புறப்பட்டார். எப்போதும்போல் ஒரு இலக்கிய நிகழ்விற்கான தயாரிப்பு வேலைகளில் நாங்கள் தீவிரமாக இயங்கிக் கொண்டிருந்த மழை நாட்கள் அவை. ஒரு யாத்ரீகன் மாதிரி என் வீட்டுக்குள் நுழைந்து, தான் தங்குவதற்கான ஒரு இடத்தை அவர் தேர்ந்தெடுத்துக் கொண்டார். தன் கையோடு கொண்டு வந்திருந்த சில புகைப்படங்களை எங்களுக்குக் காட்சிப்படுத்தினார். எங்கள் வியத்தலை 'இதுவெல்லாம் ஒன்றுமில்லை' யெனக் கூச்சப்பட்டார்.

ஒரு கவிதா நிகழ்வு மேடைக்கு முன் வீணை போன்ற வடிவத்தில் வைக்கப்பட்டிருந்த சுடுமண் சிற்பப் பானையில் வண்ணப் பூக்கள் நிரம்பித் ததும்பும் அழகில் நான் நீண்ட நேரம் மூழ்கியிருந்ததைக் கவனித்த வல்சன், "இது ஒன்றுமில்லை பவா.. ரெண்டு பெரிய பானைகள் வாங்கி வா" எனச் சொல்ல அடுத்த பத்தாவது நிமிடத்தில் அது சாத்தியப்பட்டது. பானையின் வாய்ப்பகுதியில் குறுக்காக ஒரு ஆக்சா பிளேடால் அறுக்க ஆரம்பித்தார். சுமார் இரண்டு மணி நேரம் அறுத்தெடுத்த பிறகு பானை இரண்டாகப் பிளந்தது. சிதைவில்லாமல் கிடைத்த ஒரு படைத்தலில் மகிழ்வுற்று, ஒரு கறுப்பு காப்பியும், தன் பிரத்யேக சிகொட்டையும் உள்ளிழுத்து, பிளக்கப்பட்ட பானைகளை எதிர் எதிரே ஒன்று சேர்த்துத் தேங்காய் நார்க் கயிற்றால் பிணைத்தார். ஒரு படுத்திருக்கும் வீணை. அதன் குழி பாகத்தில் தண்ணீர் நிரப்பி பூக்கள் நிரப்பி முற்றத்தில் வைத்து அழகு பார்த்தோம்.

இதை ஆரம்பம் முதல் அருகிலிருந்து கவனித்த என் நண்பர் ஒருவர், மிகுந்த மரியாதையோடும், லேசான பயத்தோடும் வல்சனிடம்,

"சார் இந்தப் பானையை அறுப்பதற்கு உங்களுக்கு இரண்டு மணி நேரமாகிறது. என்னால் மூன்று நிமிடத்தில் பழுதில்லாமல் அறுக்க முடியும்'' என்று சொல்லிக்கொண்டே தன் கையோடு கொண்டுவந்திருந்த மின்சாரக் கட்டரைக் கொண்டு ஐந்து நிமிடத்திற்கும் குறைவான நேரத்தில் இரண்டு பானைகளை அறுத்துக் காட்டினார்.

"இது எனக்குத் தோணாமப் போச்சே'' என்று வல்சன் தன் தலையில் கைவைத்துச் சிரித்துக் கொண்டார். நாங்கள் அப்போது நடத்திய இலக்கிய நிகழ்வில் இருபதுக்கும் மேற்பட்ட பிளக்கப்பட்ட பானைகளில் உருவான உருளிகளில் பூக்கள் நிறைந்தன. அந்த நிகழ்ச்சி நடந்த மைதானத்தைக் கட்டுக்கட்டாய் வாங்கிய மூங்கிலிலிருந்து பிரம்மாண்டக் குடில் செய்து அழகுபடுத்தினார். இலக்கிய நிகழ்ச்சிக்கு வந்த குழந்தைகள் அதற்குள் விளையாடிக் கொண்டிருந்த அழகைவிட அக்கூட்டம் பெரிதாய் எதையும் தந்துவிடவில்லை. என் குழந்தைகளுக்கு வல்சன் அன்பான நண்பனாகி அவர் கூடவே ஒட்டிக் கிடந்தார்கள்.

நிகழ்ச்சி முடிந்து ஒரு வாரத்திற்கும்மேல் எங்களுடனே தங்கியிருந்த நாட்கள் மீண்டும் கோர நினைப்பவை. பக்கத்திலிருந்த ஒரு குயவர் வீட்டிற்குப் போய், வல்சனே உருவாக்கிய நூற்றுக்கும் மேற்பட்ட மண்குவளைகள் இன்றும் அவரின் அடையாளமாக எங்களால் பயன்படுத்தப்படுகிறது.

வீட்டு பால்கனியில் மூங்கில்களைக் கொண்டு ஒரு உருவத்தை வடிவமைக்க வேண்டும் என ஆசைப்பட்டார். அவர் கேட்டது ஐந்து கட்டு மூங்கிலும், தான் சொல்கிறபடி அதைப் பல்கோண வடிவங்களில் பிளந்து கொடுப்பதற்கு ஒரு ஆளும். மூங்கில் கட்டுகளோடு எனக்குத் தெரிந்த மூங்கில் கூடை முடையும் ஒரு குறப் பெண்ணையும் கூட்டி வந்தேன். மிகுந்த உற்சாகமடைந்த இருவரும் தங்கள் புதிய படைப்பை அன்று காலையிலேயே துவங்கினார்கள். முற்றுப் பெறாத தன் பணியினூடே அன்று

மாலை என்னை அழைத்த வல்சன், ‘‘இந்த வேலை சலிப்பூட்டுகிறது பவா. இந்த பெண்தான் என் படைப்பின் இரகசியங்களைக் கண்டடைய விரும்புபவளாக இருக்கிறாள். எனக்கு ஒரு சைக்கிள் வேண்டும். இவளைப் பின்னால் உட்கார வைத்து ஊர் சுற்ற வேண்டும், மலை சுற்ற வேண்டும்...” என ஒரு குழந்தையைப் போலக் குதூகலித்தார். ஒரு நாள் அறிமுகத்திலேயே அவரோடு பயணிப்பதற்கு அப்பெண்ணுக்கும் பேராவல் இருந்தது. அதன் பிறகான மூன்று நாட்களை அவரின்றி அல்லது அவர்களின்றி நாங்கள் நகர்த்தியிருந்தோம். அவர்கள் என்ன ஆனார்கள் என்பதை அறியும் ஆவல் எங்களுக்குள் அதிகமாகிக் கொண்டேயிருந்தது.

மூன்றாவது நாள் மாலை வல்சன் மட்டும் அதே சைக்கிளில் உற்சாகம் குறைந்தவராக வந்து தன் பொருட்களை, துணிகளை எடுத்து வைத்துத் தான் புறப்படுவதாகச் சொன்னபோது என் பையன் அவரைத் தன்னோடு இன்னொரு நாள் இருக்க வேண்டுமெனப் பிடிவாதம் பிடித்துக் கேட்டுக் கொண்டான். தோளில் மாட்டிய தன் உடமைகளைக் கீழறிக்கி வைத்து விட்டு தன் பயணத்தை ஒத்திப் போட்டு எங்களோடு பேசிக் கொண்டிருந்தார்.

‘‘மலை சுற்றும் வழியில் உள்ள ஒரு குளத்தைப் பார்த்தேன். சிங்கத்தின் வாய் பிளந்திருப்பது மாதிரி இருப்பதுதான் அதன் நுழைவாயில். (சிங்க முகத்தீர்த்த குளம்) புராதன அழகோடு கூடிய அதன்மீது யார் சுண்ணாம்பு அடித்துக் கெடுத்தது? “என்ற கேள்விக்கு நான் மெளனமாக இருந்தேன்.” அடுத்த முறை என் திருவண்ணாமலைப் பயணம், அதன் மீதேறியிருக்கும் சுண்ணாம்பை அகற்றி, அதன் பழமையை, அதன் புராதன அழகை மீட்டெடுப்பதுதான்’’ என்று சொல்லி கேரளப் பாரம்பரியப் புட்டு செய்து கொட்டாங்குச்சியில் கொடுத்தார். அரிசிப் புட்டில் பழமும், நெய்யும் கலந்து பிசைந்து உண்ணும் ருசி எனக்கு வல்சன் ஏற்படுத்தியதுதான்.

எங்கிருக்கிறீர்கள் வல்சன்?

மீண்டும் எப்போது வருவீர்கள்?

சிங்க முகத் தீர்த்த குளம் இம்மழையில் நிறைவதற்கு முன்...

அந்தக் கூடைமுடையும் குறப்பெண் என்னைப்பார்க்கும் போதெல்லாம்,

"அந்த சார் எப்ப வருவார்ண்னே?" என்ற கேள்வி மங்கும் முன்...

பால்யத்தின்மீது வைக்கப்படும் தீ

மார்ச், ஏப்ரல் முழுக்க பல்வேறு பள்ளிகளின், கல்லூரிகளின் ஆண்டுவிழாக்களின் மாதம். ஏதேதோ காரணங்களால் நான் பல ஆண்டு விழாக்களில் பங்கெடுக்க நேர்ந்தது. பல ஆயிரம் குழந்தைகளின் உற்சாகமான அல்லது வாடிப்போன முகங்களைச் சந்தித்தது பெருமகிழ்ச்சியாய் இருந்ததெனினும் இவ்விழாக்கள் எனக்கு எவ்வித சந்தோஷத்தையும் தரவில்லை. சமீபத்தில் பிரபஞ்சன் ஒரு கல்லூரி ஆண்டுவிழாவில் பேசும்போது "ஒரு குழந்தையை வீட்டிலேயே இருந்து படிக்கவைத்து நேரடியாக பத்தாம் வகுப்பு எழுத வைக்க முடியும். ஆனால் நாம் அப்படிச் செய்வதில்லை. சின்னஞ் சிறுவயதிலேயே அக்குழந்தையின் பிஞ்சுக் கைப்பிடித்து பள்ளியில் சேர்ப்பதன் நோக்கம், இதுவரை வீட்டை மட்டுமே, அப்பா, அம்மா, தாத்தா, பாட்டியை மட்டுமே அறிந்த அக்குழந்தைக்கு, சமூகத்தை அறிமுகப்படுத்துகிறோம். தன் குடும்பத்தை மட்டுமே அறிந்த அக்குழந்தை இப்பரந்த வெளியில் ஆறுமுகத்தையும், ஆப்ரகாமையும், அப்துல்லா வையும் அறிகிறது. வேறொரு நிலப்பரப்பு, சூழல், புது மனிதர்கள் எல்லாம் அதற்கு அறிமுகமாகி அது சமூகமயப்படுத்தப்படுகிறது.

அதனாலேயே ஒரு குழந்தை பள்ளிக்கு அனுப்பப்படுகிறது.'' என்றார். அன்றிரவு இக்கருத்து என் தூக்கத்தைச் சிதைத்தது. என்னுள் மூடியிருந்த பல நூறு கதவுகள் அதுவாகவே திறந்துகொண்டன. பெரும் குதூகலமாகவும், சந்தோஷமாகவும் பொங்கிப் பிரவகிக்க வேண்டிய இக்கல்விக்கூடங்கள், சப்தமற்றுப்போன சிறைச்சாலைகள் மாதிரி ஆகிப் போனதன் காரணம் ஒன்றும் நாம் அறியாததல்ல.

பள்ளிக்கூடம் நடத்துகிற நிர்வாகம், ஆசிரியர்கள், பெற்றோர்கள் மூவருமே ஒரு புள்ளியில் இணைகிறார்கள். அப்பள்ளியின் நோக்கம் லாபம். இக்குழந்தை அதற்கு முதலீடு செய்யப்படுகிறது. அதன் பால்யத்தின் ஊர்சுற்றல், நண்பர்களுடனான ஊர் உலகம் எல்லாமும் இதன்பொருட்டு பலியிடப்படுகிறது. இதன் தொடர்ச்சியே வகுப்பறைக் கல்வி, டியூஷன், ஆண்டுவிழாக்கள் எல்லாமும் என நான் உணர்கிறேன்.

ஒரு அரசுப் பள்ளியின் தலைமையாசிரியருக்கு இலக்கியத்தின்மீது ஈர்ப்பில்லாமல் போனால், அப்பள்ளியின் எந்த விழாவிலும் இலக்கியத்திற்கு இடமில்லை. அவருக்கு விளையாட்டில் ஆர்வமில்லையெனில் கால்பந்தும், கூடைப்பந்தும் பூட்டிய அறைக்குள்ளேயே மக்கும். அதை எட்டி உதைத்து விளையாட வேண்டிய கால்கள் ஏமாற்றத்தில் வேர்க்கும்.

இதுவே தனியார் பள்ளியெனில், தலைமையாசிரியரின் இடத்தில் அப்பள்ளியின் தாளாளர் இருப்பார். குழந்தைகளின் எல்லா விருப்பங்களும் அத்தாளாளரின் ரசனைகள் சார்ந்தது. இதை மாற்றி இவற்றைப் பொதுமைப்படுத்த வேண்டியுள்ளது. இதற்கெனத் தனிக்குழுக்கள் அமைக்கப்பட்டு செயலாற்ற வேண்டும். அக்குழு கூடி விவாதித்து மாணவர்களின் ரசனைகள், விருப்பங்கள் சார்ந்து அப்பள்ளியின் அனைத்து விழாக்களும் வடிவமைக்கப்பட வேண்டும். நவீன இலக்கியமும், உலக சினிமாவும் நன்கறிந்த ஒரு ஆசிரியர் இப்படிப்பட்ட ஒரு பள்ளியில் பணிபுரிவதாலேயே, தன் மாணவர்களுக்கு 'கட்டிப்பிடி கட்டிப்பிடிடா' பாடலுக்கு ஆடச் சொல்லிக்

கொடுத்துக் கொண்டிருக்கும் கொடுமையை நானறிவேன். அவர் குரல் இப்பெரும்பான்மையின் முன் ஈனசுரமாக உதிர்ந்து போகிறது.

திருச்சிக்குப் பக்கத்தில் ஒரு மேல்நிலைப்பள்ளி. அத்தலைமையாசிரியரின் நிரூபிக்கப்பட்ட வெற்றிக்காக அப்பள்ளியின் நிர்வாகம் அவருக்கு முழு அதிகாரத்தை வழங்கி இருக்கிறது. கல்வியின் மீதும், சமூகத்தின் மீதும் நல்ல கலை இலக்கியம், அதைவிட மாணவர்களின் மீதான அக்கறை இவற்றைக் கொண்ட ஒரு தலைமையின்கீழ் ஒப்படைக்கப்படும் ஒரு பள்ளி எப்படி இருக்கும் என்பதற்கு அப்பள்ளி ஒரு வாழும் சாட்சி. ஒவ்வொரு மாதமும் அப்பள்ளியிலிருந்து வரும் அழைப்பிதழுக்காக என் மனம் ஏங்கும். முற்றிலும் புதிய, புதிய அறிவியல் சிந்தனைகள் அதில் பரவியிருக்கும். அப்பள்ளியிலிருந்து இருபது மாணவர்கள் பல்வேறு வழிகளில் கண்டறியப்பட்டு போன மாதம் பத்து நாட்கள் பயணத்துக்கு அழைத்துச் செல்லப்பட்டார்கள் அல்லது அனுப்பிவைக்கப் பட்டார்கள். தமிழ்நாட்டைத் தாண்டியும் இருக்கிற மிக முக்கிய 20 ஆளுமைகளை அவர்கள் சந்தித்தார்கள். ஒவ்வொரு இரவையும் ஒவ்வொருவரோடு கழித்தார்கள். எழுத்தாளர்கள், ஐ.ஏ.எஸ்., ஐ.பி.எஸ். அதிகாரிகள், சமூகப் போராளிகள், விஞ்ஞானிகள் எல்லோரும் இவ்விரவுகளை இம்மாணவர்களோடு பகிர்ந்து கொண்டவர்கள். இம்மாணவர்கள், நாளை படித்து சமூகத்தின் உயர்நிலையை அடையும்போது இவ்வனுபவம் எத்தனை தூரம் அவர்கள் வாழ்வை சீரமைக்கும் என்பதை நினைக்கிறபோதே சிலிர்க்கிறது.

ஒவ்வொரு மாதமும் 'கனவு மெய்ப்பட வேண்டும்' என்ற பொதுத்தலைப்பில் ஆளுமைகள் மாணவர்களைச் சந்தித்து உரையாடுகிறார்கள். நம்மாழ்வார் முதல் வேலுச்சரவணன் வரை இவ்வாளுமைகளில் அடக்கம். ஐ.டி. படிக்கப் போகிற ஒரு மாணவனுக்கு பி.டி. கத்திரிக்காய் பற்றியும், இயற்கை வேளாண்மை குறித்தும் முழு அறிவு இருக்க வேண்டுமென

அப்பள்ளி மேலாண்மை நினைக்கிறது. இதுவே ஒரு மாணவன் சமூகவயபடுத்தலுக்கான நிறுவனம்.

சமீபத்தில் நான் கலந்து கொண்ட பெரும்பான்மையான ஆண்டு விழாக்களிலும் இப்போது பிரபலமாயிருக்கிற குத்துப்பாட்டுகளுக்கு குழந்தைகளை ஆடவிட்டுப் பார்க்கிற குரூரமே அரங்கேறியது. மனுஷ்ய புத்திரனின் ஒரு புகழ்பெற்ற கவிதை உண்டு.

'நிலவைப் பாம்பு தின்கிற
கொடுமை
எல்லோரும் பார்க்கவே நிகழ்கிறது.'

இக் குழந்தைகள்மீது நிர்வாகமும், பெற்றோர்களும் சேர்ந்து திணிக்கிற வன்முறை இக்கவிதையையே நினைவுபடுத்தியது. இவர்களாகவே போட்டுக்கொண்ட கலாச்சாரச் சீரழிவின் கோடுகளுக்கு வெளியே எவ்வளவு முயற்சித்தும் இவர்களை வெளியே கொண்டுவர முடியவில்லை. நிர்வாகம் பெற்றோர்கள் மீதும், பெற்றோர்கள் நிர்வாகத்தின் மீதும் பழி சொல்லி மொத்தத்தில் இருவருமே மாணவர்களின் அற்புதமான பால்யத்தின்மீது நெருப்பள்ளிக் கொட்டுகிறார்கள்.

இவற்றிற்கு மாற்று நம்மைச் சுற்றிலும் நிகழ்ந்து கொண்டேதான் இருக்கிறது. குதிரைக்குப் போட்ட கடிவாளத்தை, சில சமயங்களில் அது மீறுகிறது. ஆனால் இவர்கள் தங்கள் வெளி உலக ஜன்னல்களைத் தொலைக்காட்சிகளுக்காக மூடியே வைத்திருக்கிறார்கள்.

குழந்தைகளின் மனதை தன் நாடகங்கள் மூலம் தனதாக்கி வைத்திருக்கிற வேலுசரவணன், பிரளயன், முருகபூபதி ஆகிய இவர்களின் ஆளுமை டி.வி.எஸ். பள்ளிகள் மாதிரி எட்ட முடியாத உயரத்தில் இருப்பவர்களுக்குத் தெரிகிறது. அரசு பள்ளித் தலைமையாசிரியர்களுக்கும், தனியார் பள்ளி நிர்வாகிகளுக்கும் நயன்தாராவும், த்ரிஷாவும்தான் தங்கள் குழந்தைகளின் வழிகாட்டியாகத் தெரிகிறார்கள்.

சமீபத்தில் திருவண்ணாமலை மாவட்ட ஆட்சி தலைவரோடு நான் கலந்து கொண்ட ஒரு பள்ளி ஆண்டு விழா இவ்வெல்லைகளைத் தாண்ட முயற்சித்தது. ‘பூமி வெப்ப மயமாதல்’ என்ற தலைப்பின் கீழேயே எல்லா நிகழ்வுகளும் வடிவமைக்கப்பட்டிருந்தன. ஆட்சித் தலைவர் ஒரு மரக்கன்றை நட்டு வைத்தும், இன்னொரு மரக்கன்றை ஒரு பெற்றோருக்கு வழங்கியும் அவ்விழாவைத் துவக்கி வைத்தார்.

அன்று ஒலித்த பாடல்கள், நிகழ்ந்த நாடகங்கள், காட்சிப்படுத்தியிருந்த ஓவியங்கள், எல்லாமும் நம் சூழல் குறித்தான அக்கறையை அம்மாணவர்களுக்கும், அதன் மூலம் அப்பெற்றோர்களுக்கும் உண்டாக்கக் கூடியவை. நமக்குப் பின்னே இப்படி ப்ளாஸ்டிக் குப்பைகளையா இப்பொன்னுலகத்திற்கு விட்டுச் செல்லப் போகிறோம்? என்ற கேள்வியோடு வைக்கப்பட்டிருந்த “ப்ளக்ஸ்” போர்டு முரண்பாடு மெல்ல புன்னகைக்க வைத்தது.

எல்லா ஆண்டு விழாக்களிலும் தலைமை ஆசிரியர்கள் சபாரி உடையோடு ஒரு பத்து பக்க ஆங்கில ஆண்டறிக்கையை மிக உயர்ந்த அல்லது மலிவான ஆங்கிலத்தில் உச்சரித்துக் கொண்டே இருக்கிறார்கள். நான்கூட என் பக்கத்தில் அமர்ந்திருந்த ஆட்சித் தலைவரிடம் கேட்டேன் ‘‘ஏன் சார் எல்லாருமே இதை ஆங்கிலத்தில் படிக்கிறார்கள்?” அவர் பொங்கி வந்த சிரிப்போடே பதில் சொன்னார், “வரும் விருந்தினர்களை அசத்த வேண்டுமென இப்படி மெனக்கெடுகிறார்கள்’’ குழந்தைகள், அவர்களின் கிராமப்புறப் பெற்றோர்கள் இவர்களுக்கு நல்ல தமிழில் அப்பள்ளியின் மேன்மையைச் சொன்னால் யாராவது அடுத்த ஆண்டு அப்பள்ளியில் தங்கள் குழந்தைகளைச் சேர்க்காமல் விட்டுவிடப் போகிறார்களா என்ன?

ஆண்டு விழாக்களென்பது குழந்தைகளும் பெற்றோரும், ஆசிரியர்களும், அப்பள்ளியின் அனைத்து ஊழியர்களும் சேர்ந்து பங்கெடுத்துக் கொண்டாட வேண்டிய ஒரு மகத்தான திருவிழா. அது அன்று காலையிலேயேகூடத் துவங்கப்படலாம். உலக சினிமாக்களைக் குழந்தைகளுக்கும், ஆசிரியர்களுக்கும்,

பெற்றோருக்கும் சேர்த்து அறிமுகப்படுத்தலாம். வண்டி வண்டியாய்க் களிமண் அடித்து இளம் சிற்பிகளை வரவழைத்து குழந்தைகளுக்கு மண் சிற்பங்கள் செய்யச் சொல்லித் தரலாம். அல்லது அவர்களையே செய்யச் சொல்லி நாம் கற்றுக் கொள்ளலாம். பெரிய பெரிய தட்டிகளில் துணி அடித்து குழந்தைகளிடம் தூரிகைகளையும், வண்ணங்களையும் வாரியிரைக்க வைத்து அழகு பார்க்கலாம்.

குழந்தைகளின் குதூகலமான நம் கிராமப்புற விளையாட்டுகளை மீட்டுருவாக்கம் செய்து பெருமை அடையலாம். விழாவிற்கு வருகிற எல்லோருக்குமாக, இயற்கை உணவளித்து உண்டு மகிழும் அனுபவத்தை ஏற்படுத்தித் தரலாம். அன்றிரவு குழந்தைகள் பற்றி, குழந்தைகளே உருவாக்கின மாய உலகின் அற்புதத்தைத் தூர ஒதுங்கி நின்று மாசு படிந்த நம் பழைய கண்களால் பார்க்கிறபோது அது புதுசாகும். நம் கண்களை மூடியுள்ள தூசு விலகி குழந்தைகள் நிகழ்த்தும் வண்ண அற்புதங்களைக் குழந்தைகள் போலவே பார்க்கலாம்.

இரு மகாகவிகளும் ஒரு சின்னஞ் சிறுவனும்...

வேலுசரவணன்

ஆரோவில்லில் டிசம்பர் 15 - ல் மகாகவி தாகூரின் 150 வது ஆண்டு விழா கொண்டாட்டத்தில் தன் கவிதைத் தொகுப்பு வெளியிடப்படுவதாகவும் அதன் முதல் பிரதியை பெற்றுக்கொள்ள நான் கண்டிப்பாக வரவேண்டும் எனவும் கோரிய கவிஞர். மீனாட்சி அக்காவின் குரலில் மீதுற்ற பிரியத்தைக் காப்பாற்ற வேண்டியும் ஆரோவில் என்ற ஊரின் வசீகரத்துக்காகவும் அந்த அழைப்பை ஏற்க வேண்டியிருந்தது.

நான் சென்றடைந்த போது ஓய்வு பெற்ற ஒரு பேராசிரியர் தமிழிலும் ஆங்கிலத்திலும் பேருரை ஆற்றிக் கொண்டிருந்தார். இவர்களின் ஐம்பத்தெட்டாவது வயதில்தான் மாணவர்கள் கட்டாய விடுதலை அடைகிறார்கள். அதன் பிறகும் பேசியாக வேண்டும் எனும் மனஅரிப்பிற்கு இவர்கள் ஆளாகிறார்கள். பேராசியர்களிடமிருந்தும்பண்டிதர்களிடமிருந்தும் மேடைகளும், இலக்கியமும் இன்னும் வெகுதூரம் விலகியிருக்க வேண்டியிருக்கிறது. பொறுமையின் எல்லையை நான் கடந்து கொண்டிருந்தபோது, குழந்தைக்கே உரிய குதூகலத்தோடு

வேலுசரவணன் கதை சொல்ல வந்து என்னைத் தட்டி எழுப்பினான்.

மகாகவி தாகூர் எழுதி, இன்னொரு மகாகவி பாரதி 1914 - ல் மொழிபெயர்த்து வெளியிட்ட "ரஜாக்காலம்" என்ற கதை, ஒரு நூற்றாண்டுக்குப் பிறகு வேலுசரவணனால் சொல்லப்படுகிறது. அது தாகூர் என்ற மகாகலைஞன், வேலுசரவணன் என்ற சிறுவன் சொல்வதற்காகவே எழுதின மாதிரியும் உள்ளது.

கல்கத்தாவிற்கு அருகில் நதிநீர் எப்போதும் யாருக்கும் அடங்காமல் ஓடிக் கொண்டிருக்கும். ஓர் ஆற்றங்கரை கிராமம். அப்பாவை இழந்த குடும்பம் அது. அம்மாவின் பெரும் கனவாக இருப்பது மூத்தவன் பாடி சக்கரவர்த்தியும், தம்பி மாக்கன் லாலும்.

பாடியின் பால்ய விளையாட்டுக்கள் கட்டுக்கடங்காதவை. பனங்காத்தாடியைக் கையிலேந்தி ஆற்றங்கரையில் துவங்கி அவனுடைய துள்ளலான ஓட்டத்திற்கு ஈடு கொடுக்க அக்கிராமத்தில் வேறு யாருண்டு? தூண்டிலும் கையுமாக அந்த ஆற்றின் கரைகளில் பகல்களைத் தன் நண்பர்களுடன் பகிர்ந்து கொள்கிறான்.

அண்ணனின் இக்குதூகலம் தம்பி மாக்கன் லாலால் தொடர்ந்து சிதைக்கப்படுகிறது. அண்ணனைப் பற்றி அம்மாவிடம் போட்டுக் கொடுப்பதும், கோள் சொல்வதும் அம்மாவின் கண்டிப்பில் தான் மகிழ்வதுமாக, மாக்கன் லால் குழந்தைகளுக்கே உரிய குறும்புகளுடன் வளர்கிறான். பாடியின் சந்தோஷங்கள் கலைத்து அம்மாவின் கண்டிப்பு ஒரு துர்க்கனவு மாதிரி அவனைச் சூழ்ந்து கொள்கிறது.

பாடி அன்று ஆற்றங்கரையில் ஒரு பெரிய மரக்கட்டையைப் பார்க்கிறான். தன் நண்பர்களோடு சேர்ந்து அதை அந்நதியில் தள்ளிவிட முயல்கிறான். அவன் வலுவை நிரூபிக்கும் முயற்சியும் அவன் தம்பியால் தடுக்கப்படுகிறது. எத்திசையிலிருந்தோ ஓடிவந்து தம்பி மாக்கன் லால் அம்மரக்கட்டைமீது ஏறிப் படுத்துக் கொள்கிறான். பாடிக்குக் கோபம் தலைக்கேறுகிறது. தம்பியை விலகுமாறு கோபத்துடன் கத்துகிறான். அவன் மரக்கட்டையை இன்னமும் வலிமையாய்ப் பற்றிக் கொள்கிறான். வேறு

வழியில்லை பாடிக்கு. தொடரும் தம்பியின் சீண்டல்களும், கோள் மூட்டல்களும் அவனைக் கோபத்தின் உச்சிக்குக் கொண்டு போகின்றன. மரக்கட்டையோடு தம்பியையும் ஆற்றுக்குள் தள்ளிவிட யத்தனிக்கிறான். கணநேரத்தில் இதைப் புரிந்து கொண்டு அங்கிருந்து விலகி, பாடியைக் கீழே தள்ளி நெஞ்சில் உதைக்கிறான் தம்பி. அவனைத் திருப்பி அடிக்க மனமின்றித் தள்ளி விடுகிறான் பாடி. அவன் காற்றில் மிதந்து வரும் பாடலினூடே அழுதுகொண்டே வீட்டை நோக்கி நடக்கிறான்.

"பூத்திருக்கும் இலையின் பஞ்சு முட்கள்
உன்னை குத்தாதா வண்ணத்துப் பூச்சி.
பகலெல்லாம் அலைகிறாயே,
இரவு வந்தால் எந்த வீட்டிற்குப் போவாய்?
வீட்டிற்குப்போகும் வரை எனக்கு ஆயுள் இல்லை,
இருக்கும் வரை பறப்பேன்.
இலைகளில் இளைப்பாறுவேன்.
பூக்களில் பசியாறுவேன்."

பாடி மிகுந்த மனவேதனையடைகிறான். வீடு அவனுக்குக் கசக்கிறது. அம்மா ஒரு ஜெயில் வார்டனின் பிம்பம் மாதிரி அவனைப் பயமுறுத்துகிறாள். தொடர்ந்த புறக்கணிப்புகளும் அடியும், வலியும் அவனை அலைக்கழிக்கின்றன. நெடுநேரங்கழித்து அம்மாவின் அடியை எதிர்நோக்கியே வீட்டிற்கு நடக்கிறான்.

வீட்டில் புது விருந்தினரின் வருகை தெரிகிறது. அம்மா இயல்பாக இருக்கிறாள். அம்மாவின் முகத்தை இத்தனை மலர்ச்சியோடு அவன் பார்த்ததில்லை. அம்மா பாடியைத் தன் அண்ணனிடம் அறிமுகப்படுத்துகிறாள். தன் தாய்மாமாவின் கண நேர ஸ்பரிசத்தில் அவன் தன் துக்கத்தைத் துடைத்தெறிகிறான்.

மாமா கல்கத்தாவுக்குப் புறப்படும்போது குழந்தைகளின் படிப்பைப் பற்றியும் போக்கைப் பற்றியும் தங்கையிடம் விசாரிக்கிறார். அம்மா உடைந்தழுகிறாள்.

பவாசெல்லதுரை

என் வாழ்வின் சந்தோஷங்களை இவன் களவாடி விட்டானென்றும், இவனால் துன்பத்திலேயே கிடந்து சாகவேண்டியதுதான் என்றும் அழுகிறாள். எதிர்பாராத இத் தருணம் மாமாவைப் போலவே பாடியையும் நொறுக்குகிறது. நீடித்த மௌனத்தை மாமாவே வார்த்தைகளால் கலைத்துப் போடுகிறார்.

“பேசாம நீ இவன எங்கூட அனுப்பிடு. நானே கல்கத்தாவுல படிக்க வைக்கிறேன்.”

கணநேரத்தில் காட்சிகள் மாறுகின்றன. பாடி மாமாவுடன் ஒரு ஸ்டீமர் படகில் கல்கத்தாவிற்குப் பயணிக்கிறான். விரிந்த கடல் நீரில் அங்கங்கே கடல் பறவைகள் மாதிரி படகுகள் பயணிப்பது தெரிகிறது. பாடியின் மனதில் சந்தோஷமும் துக்கமும் மாறிமாறி அலையடிக்கிறது. ஏதோ இனம் புரியாத பயமும் புது மாதிரியான அனுபவமுமாக அப்பயணம் அவனை ஆட்கொள்கிறது. தூரத்தில் நீர்மூழ்கிக் கப்பலில் இருந்து பாடல் ஒலிக்கிறது.

ஒரு பாகம் ஆழம் ..... ஆழம்.... ஆழம்....
இரு பாகம் ஆழம்...... ஆழம்.... ஆழம்....
முப்பாகம் ஆழம்..... ஆழம்..... ஆழம்....

பாடியின் இதயத்திற்குள் இப்பாடல் மெல்ல இறங்கி, அதன் ஆழத்தைத் துழாவுகிறது. பிரிவின் துயரம் அப்போதே அப்பாடலின் வழியே அவனுள் பதிகிறது. உடலெங்கும் பரவும் இழப்பின் வலியை அவன் பயணம் முழுதும் துடைத்தெறிந்து கொண்டே போகிறான்.

கல்கத்தாவில் அவன் மாமா வீட்டில் நுழைவதை, மாமி ஒரு பிரளயமே நுழைவதைப்போலப் பார்க்கிறாள். புதிய வாழ்விடம், புதிய மனிதர்கள் எல்லாமும் பாடியை அலைக்கழிக்கின்றன. அவனுக்குள் ஓடிக்கொண்டிருந்த அவன் சொந்த கிராமத்து ஆற்றின் சத்தம் சட்டென நின்று, மணல் பரப்பாகி வெயில் தகிக்கிறது. தாகூர் எழுதுகிறார்,

‘எஜமானனைப் பிரிந்து தெருவில் அலைந்து களைத்துப்போன நாயின் முகம் பாடிக்கு வாய்த்திருந்தது.’

பாடியிடமிருந்து அவன் குழந்தைப்பருவம் ஒரு புன்முறுவலோடு விடைபெற்றுக் கொள்கிறது. பதினொன்றைக் கடந்து பன்னிரண்டிற்குள் நுழைகிறான். குரல் மாற்றமும் தோல் மாற்றமும் அவனுள் ஒரு வேதிவினை போல நிகழ்கிறது. பருவப் பெண்களைப் பார்க்கும் போதெல்லாம் இவர்கள் வானத்திலிருந்து குதித்தவர்களோ என்ற ஆர்வம் மேலெழுகிறது. இப்பருவத்து ஆண் பிள்ளைகளை அம்மாக்களுக்குக்கூடப் பிடிக்காது என தாகூர் எழுதுகிறார். அப்பருவம் குழந்தைமையின் அலங்காரப் பொருளோ வாலிபத்தின் பயனுள்ள பொருளோ இல்லாதது என்று உவமிக்கிறார்.

ஏற்கனவே மூன்று குழந்தைகளுடன் வாழ்வோடு மல்லுக் கட்டும் மாமாவின் குடும்பம் பாடியை அரவணைக்க முடியாமல் திணறுகிறது. அது அன்றாட நிகழ்வுகளில் மாமியிடமிருந்து வெறுப்பாக உமிழ்கிறது.

விருப்பமற்ற இந்த மாற்றத்தில் அவன் உடைந்து போகிறான். தன் கிராமமும், சக்கரவர்த்தித் தெருவும், ஆற்றங்கரையும், பனைமரக் காத்தாடியும், தூண்டிலில் துள்ளும் மீனும், அவன் ஆத்மாவை அலைக்கழிக்கின்றன. ஊரின் அருகாமையும் அம்மாவின் அரவணைப்பும் வேண்டி அவன் மனம் ஏங்குகிறது. பாடிக்குப் படிப்பும் அத்தனை விருப்பமானதாக இல்லை. வாத்தியாரின் பிரம்படிக்கு அவன் பொதி சுமக்கும் கழுதையின் உடம்புபோலத் தன் உடலை மாற்ற வேண்டியிருந்தது.

வெறுப்புற்ற மனநிலையில் பாடப் புத்தகத்தை வேறு தொலைத்துவிடுகிறான். புதுப் புத்தகங்கள் வாங்கித் தர இயலாதென மாமி திட்டுகிறாள். துக்கம் மேலிட, தன்மானம் துளிர்விட, பாடி அப்பருவத்து மற்றெல்லாப் பையன்களைப் போலவே வீட்டை விட்டு வெளியேறி ஒரு பாலத்துக்குக் கீழே உட்கார்ந்து தன் ஊரின் ஞாபகங்களை மீட்டெடுக்க முயற்சிக்கிறான். போலீஸ் வந்து பாடியை மீட்டு, மீண்டும் மாமாவிடம் ஒப்படைக்கிறார்கள்.

பாடியின் மௌனத்தால் மாமாவீடு உறைகிறது. ‘ஏன் எங்களைத் தொடர்ந்து இம்சிக்கிறாய்?’ என உடைந்தழும் மாமியின்முன் முதல்முறையாகப் பதில் பேசுகிறான் பாடி.

“நான் என் சொந்த ஊருக்கு என் தம்பியையும் அம்மாவையும் பார்க்கப் போனேன். என்னை ஏன் திருப்பி அழைத்துக் கொண்டு வந்து இம்சிக்கிறீர்கள்.?”

‘நினைவில் காடுள்ள மிருகத்தை
யாரும் பழக்க முடியாது.
என் நினைவில் காடு உள்ளது.’

என்ற வரிகளைப்போல, பாடிக்கு, தான் ஆற்றில் நீந்திக் கடந்த அக்கரை, அப்போது கடந்த நீர்ப்பறவை, தனியேதான் பாடிய பாடல்கள் என நினைவுகள் கேவலுடன் மேலெழுகிறது. தாயிடத்தை நிரப்ப வேறு யாரால் முடியும்? என்ற கேள்வி அவனுள் ஒவ்வொரு வினாடியும் எழுகிறது.

பாடி காய்ச்சலில் விழுகிறான். அவன் துக்கங்களை முழுவதுமாய் உள்வாங்கும் மாமா விஸ்வரம்பரபாபு ரஜாக்காலத்தில் (கார்த்திகை, மார்கழி, தை) வரும் நீண்ட விடுமுறையில் அவனை அவன் அம்மாவிடம் சேர்ப்பிப்பதாகச் சொல்கிறார்.

வைத்தியரின் வருகைக்குப் பிறகும் காய்ச்சல் அதிகமாகிறது. இந்த நரகத்திலிருந்துத் தப்பித்து, தாயின் கதகதப்பிற்குத் திரும்ப மனம் துடிக்கிறது.

‘அம்மா... அம்மா... அம்மா....’வெனக் கதறும் அவன் ஆன்மாவின் ஓசையை மாமா வீட்டாரால் தாங்க முடியவில்லை.

நீராவிக் கப்பலின் லஷ்கர் பாடல் தூரத்தில் ஒலிக்கிறது.

தண்ணீரின் ஆழம்.... ஆழம்..... ஆழம்.....
கரையே இல்லாத கடலில் என் ஓடம்......
கண்ணீரின் ஆழம்.... ஆழம்..... ஆழம்....

வேலுசரவணின் துயரம் தோய்ந்த இப்பாடலைக் கேட்கத் திராணியற்று நான் அரங்கிலிருந்து வெளியேறினேன். எனக்கும் முன்னே நிறையபேர் வெளியே நின்று வானத்தை வெறித்துக் கொண்டிருந்தார்கள். நிர்மலமான அந்த ஆகாய வெளியில் கொத்துக்கொத்தாய் நீர்ப்பறவைகள் எங்களைக் கடந்து கொண்டிருந்தன.

YOU KNOW
LIKE YOU

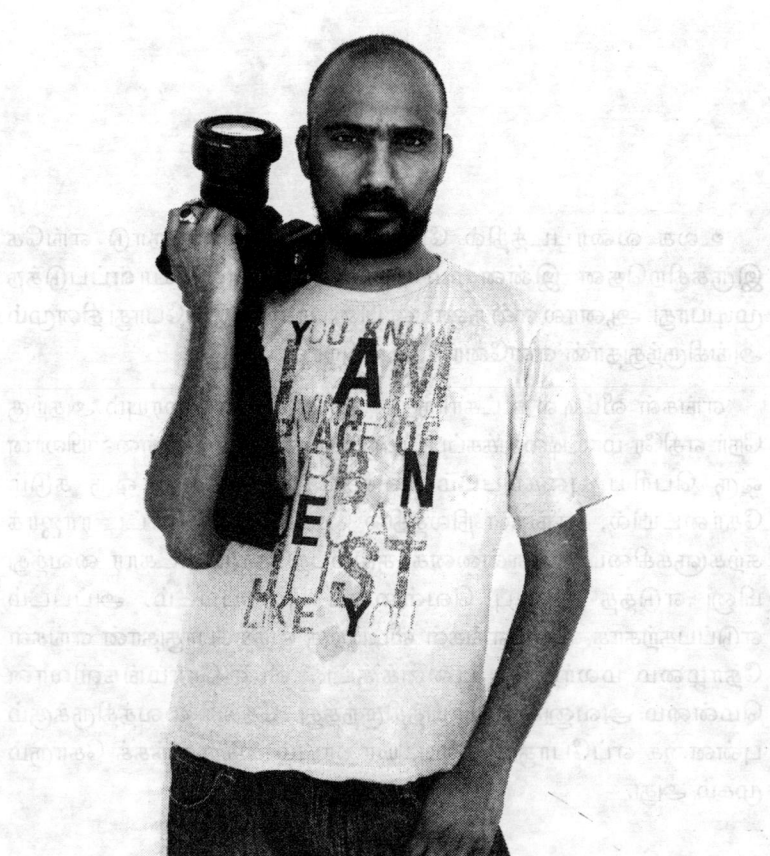

one summer hey

உலக வரைபடத்தில் போர்ச்சுக்கல் என்ற நாடு எங்கே இருக்கிறதென இன்னமும் என்னால் அடையாளப்படுத்த முடியாது. ஆனால் என் நண்பன் பினுபாஸ்கர் இப்போது தினமும் அங்கிருந்துதான் என்னோடு பேசுகிறான்.

எங்கள் வீட்டில் உட்கார்ந்து சாப்பிடுகிற எவரையும் அதற்கு நேர் எதிரே மாட்டிவைக்கப்பட்டிருக்கும் கருப்பு வெள்ளையிலான ஒரு பெரிய புகைப்படம் வசீகரிக்கும். அது ஒரு கடும் கோடையில், எங்கள் நிலத்தில் பெயர்த்துப்போட்ட ராஜாக் கற்களுக்கிடையே என்னைக் குடும்பத்தோடு உட்கார வைத்து பினு எடுத்த கருப்பு வெள்ளைப் புகைப்படம். அப்படம் எடுப்பதற்காக, பினு எங்கள் வீட்டிற்கு வந்தபோதுதான் எங்கள் தோழமை மலர்ந்தது. பூனைக்குட்டிகளின் ரோமங்களிலான மென்மை அவனுக்கு வாய்த்திருந்தது. தேக்கி வைத்திருக்கும் புன்னகை எப்போதும் கசிய, யாரையும் கைகுலுக்கக் கோரும் முகம் அது.

south asian couples என்ற தலைப்பில் கலைத்துறையில் சேர்ந்தியங்கும் கணவனையும், மனைவியையும், அவர்கள் குடும்பத்தையும் தான் லண்டனில் நடத்த இருந்த ஒரு கண்காட்சிக்காக புகைப்படம் எடுக்கவே பினு திருவண்ணாமலைக்கு வந்திருந்தான்.

என்குடும்பத்தையும், காயத்ரி கேம்யூஸ் குடும்பத்தையும் அந்தப் புகைப்பட sessionக்கு தேர்வு செய்திருந்தான். ஒரு முற்றிய வயலில் ஆனந்த் - காயத்ரி குடும்பத்தை உட்காரவைத்து அவன் எடுத்திருந்த புகைப்படம் மிகப்பெரிய கலை ஆளுமைகளுக்கு மட்டுமே சாத்தியப்படக்கூடியது. அப்படங்கள் எடுத்து முடிக்கப்பட்ட அன்று இரவு காயத்ரியின் ஸ்டுடியோவில் நான் பினுவை முதல்முறையாகச் சந்தித்தேன். ஒரு மூலையில் தரையில் அமர்ந்து அவன் தனியே மது அருந்திக் கொண்டிருந்தான். சுற்றிலும் நான்கைந்து பூனைகள் சூழ்ந்திருந்தன. நல்லப் புகைப்படக்காரன் தவறவிடக்கூடாத தருணமான அது, ஒரு திரைப்படத்தின் காட்சிபோல இருந்தது.

ஒரு சின்னக் கைகுலுக்கலுக்குப் பின், 'நாளை உங்க family ஐ படம் எடுக்கலாம் பவா' எனக்கொஞ்சம் தமிழ், கொஞ்சம் மலையாளம், கொஞ்சம் இங்கிலீஷ் கலந்து வாஞ்சையோடு சொன்னான். அவ்வார்த்தைகளுக்காவே காத்திருந்தவனைப் போலவே நான் உடன் சம்மதித்தேன்.

அன்று ஞாயிற்றுக்கிழமை மாலை நான்கு மணி இருக்கும். பினு பைக்கில் எங்கள் வீட்டிற்கு வந்தது, அவசர அவசரமாக எங்களைப் புறப்படச் சொல்லி நிலத்திற்கு அழைத்துப் போனதென்று எல்லாமும் இன்னும் நினைவில் இருக்கிறது. வெளிச்சம் போய்விடும் என்கிற பதைப்பு அவனை அசுரத்தனமாக இயங்க வைத்தது. எங்கிருந்தோ ஒரு கயிற்றுக் கட்டிலை அவனே தூக்கி வந்து போட்டான். சூழலை இன்னும் பழமையாக்க, குண்டு கற்களைக் கொண்டுவந்து, குவித்துக் கொண்டிருந்தான். நான் அதைத் தடுத்தேன். இதை நானோ இங்கிருக்கும் சிலரோ செய்ய முடியும் எனச் சொன்னதை அவன் மறுத்தான். 'ஒரு போட்டோகிராபரின் வேலை காமிராவைக்

கையாள்வது மட்டுமல்ல பவா. அதற்கானச் சூழலை உருவாக்குவதும்தான்' என்பதை மிக அழகான ஆங்கிலத்தில் சொன்னபோது நான் அமைதியானேன்.

மிகப்பெரிய புகைப்பட ஆளுமைகளோடு நான் பழகியிருக்கிறேன். வேறு எவரிடமும் நான் காணாத இத்தன்மை என்னை ஆச்சரியப்படுத்தியது.

அவன் எதிர்பார்த்த ஒரே ஒரு புகைப்படம் கிடைக்கும்வரை தொடர்ந்து தன் கேமிராவில் இயங்கிக் கொண்டேயிருந்தான். தூரநின்று பார்ப்பவர்களுக்கு இது ஒரு மாய விளையாட்டுபோலத் தோன்றியிருக்கும். அந்த இயக்கம் முழு ஈடுபாட்டோடு ஒரு துறையில் மூழ்கும் கலைஞர்களுக்கே சாத்தியம். ஒரு தொழில்முறைக் கலைஞனால் தன் இறுதிநாள்வரை இந்த இடத்தை எட்டவே முடியாது.

பலமணிநேரங்கள் காத்திருந்து, காயத்ரி கேம்யூஸ் தன்மகன் அருணாச்சலாவை விரிந்த மரச் செறிவுகளினூடே அழைத்து வரும் கணத்தை அவன் பதிவு செய்ததற்காக மட்டுமே அவன் கைகளில் நான்கைந்து முத்தங்கள் தந்தேன்.

பினு பிறந்தது குருவாயூரில் என்றாலும் நான்காம் வகுப்புவரை படித்தது வேலூரில்தான். அப்பா சி.எம்.சி.யில் மருத்துவர். தன் மகனையும் தன்னைப்போலவே மருத்துவராக்க வேண்டும் என்ற அப்பாவின் சராசரிக் கனவை நுழைவுத் தேர்வுக்குப் போகிறேன் எனச்சொல்லி சினிமாவுக்குப்போய் பினு தகர்த்தான். மகனின் கலை உணர்வைச் சிதைக்க விரும்பாத அவன் அப்பா சென்னைத் திரைப்படக்கல்லூரியில் சேர்த்துவிட செய்த முயற்சியும் தோல்வியுற்றது. அதில் விரக்தியுற்று இந்தியா முழுக்க கேமிராவும் கையுமாக அலைந்து கொண்டிருந்தவனை,

''உனக்கு ஆஸ்திரேலியாவின் மெல்பர்னில் ஆர்ட் போட்டோகிராபர் பிரிவில் சேர அனுமதிக் கடிதம் வந்துள்ளது. புறப்பட்டு வா" என்று அப்பாவின் வார்த்தைகள் தந்த நம்பிக்கை திரும்ப அழைத்தது. தன் பெருங்கனவுகளைச் சுமந்து கொண்டு ஆஸ்திரேலியாவுக்குப் பயணமானான்.

அப்புகைப்படக் கல்லூரி பினுவைச் செதுக்கியது. கேமிரா தன் கையில் கிடைத்த மிகப்பெரிய ஆயுதம் என்பதை மெல்லப் புரிய வைத்தது.

தன் சகக் கல்லூரித்தோழி 'லெஸ்லே ஸ்லேட்டர்' உடனான காதல் அவனை இன்னும் பூக்க வைத்தது. இவ்வாழ்வு பூக்களையும், பனித்துளிகளைச் சேர்த்து வைத்து ஜாலம் காட்டும் இலைகளையும், ஆஸ்திரேலியா புல்வெளியெங்கும் குதித்துத் திரியும் கங்காருக்குட்டிகளையும் போன்றது மட்டுமே என நம்ப வைத்த காலமது. அதீதக் காதல் திருமணத்தில் முடிந்து, தன் செல்ல மகனுக்கு அவர்கள் one summer hey என்று பெயரிட்டார்கள்.

தன் சொந்த மாநிலத்திற்கு ஒரு கோடை விடுமுறைக்குத் திரும்பிய பினு மாறி வரும் கேரளாவைப் பார்த்து பதைத்துப்போனான். குறிப்பாக வயல்கள். பாலக்காட்டைச் சுற்றியிருந்த பச்சை வயல்களின் அழிவு அவனைச் சொல்லொணாத் துயரத்தில் ஆழ்த்தியது. Distance என்று பெயரிட்டு இந்திய வயல்வெளிகளில் அவன் எடுத்த பல ஆயிரக்கணக்கான படங்கள் உலக அளவில் பிரசித்தி பெற்றவை. இந்தத் துயரத்தைப் பினுவால் தாங்க முடியவில்லை . தன் பிரத்தியேக மன உலகம் சிதைவதை உணர்ந்தான். குடும்ப உறவுகள் அவனை எல்லைக்குள் அடக்கி விடும் என வாழ்வைப் பார்த்து பயந்து தனியானான்.

துபாயில் ஓர் உலக அளவிலான விளம்பரக் கம்பெனியில் தலைமை வடிவமைப்பாளராகக் கிடைத்த பணியில் பொருளீட்டிக் குவித்தான். கலைஞனின் மனது இதிலெல்லாமா அடங்கும்? அப்பணியில் சலிப்புற்று தன் காரில் விமான நிலையம் வரை வந்து காரை அங்கேயே நிறுத்திவிட்டு கார் சாவியைத் தூக்கி எறிந்துவிட்டு இந்தியாவிற்கு விமானம் ஏறினான்.

தான் எடுக்கும் புகைப்படங்களைப் பினு இப்படிப் பகுத்துக் கொண்டான். அகங்காரம் (ego) குருடு (blind) குள்ளம் (drawf)

இந்த மூன்று கருத்தாக்கங்களில் மட்டும்தான், தான் தொடர்ந்து பயணிக்க முடியும் என்று முடிவு செய்தான்.

"மனிதனின் உள் அகங்காரத்தை ஒரு புகைப்படத்தில் பதிவு செய்யமுடியுமா பினு"

"என் dislocation என்ற தலைப்பிலான எல்லாப் படங்களும் அதையே பிரதிபலிக்கின்றன பவா. இதே இடப் பெயர்வை காயத்ரி கேம்யூஸும், தன் பெயிண்டிங்கில் சொல்கிறார்களே. அதனாலேயே நானும் காயத்ரியும் நண்பர்கள். இருவரும் சேர்ந்து dislocation என்ற பெயரில் ஒரு புகைப்பட ஓவியக் கண்காட்சியை 2009ல் துபாயில் ஏற்பாடு செய்தோம். என்னுடைய ஒரு புகைப்படம் அதில் விற்பனையானது."

"என்ன விலைக்கு பினு?"

"இரண்டரை லட்சம்."

நான் அதிர்ச்சியானேன்.

" ஒரு புகைப்படத்திற்கான விலையா இது? அப்புறம் என்ன செய்யப்போகிறாய் பினு?"

"என் பூனைகளோடு விளையாடிக்கொண்டிருப்பேன்."

இந்த டிசம்பர் மாதத்துக்குளிரில், புத்தகம் பதிப்பிக்க தொடர்ந்து கண் விழிக்கும் இந்த இரவுகளில் திடீரென பினுவின் ஞாபகம் மேலெழும்ப, ஒரு பின்னிரவில் பத்து புத்தகங்களுக்கான அட்டைப்படங்கள் வேண்டுமெனக் கேட்டிருந்தேன்.

நினைவடைந்த சில மணிநேரங்களின் முடிவில் பத்து புத்தகங்களுக்கான அட்டைப்படங்களும் அடுத்த மின்னஞ்சலிலேயே என்னை அடைந்தன. அப்படங்களின் பிரமிப்பு இன்னும் தீரவில்லை. "பினு இதற்கு நான் ஏதாவது செய்தாக வேண்டும் உனக்கு "

"பவா, போர்ச்சுக்கல்லில் கொசுத்தொல்லை அதிகம். என் மகனுக்கு ஒரு odomas வாங்கி அனுப்புவாயா?"

Impossible friend

யோகிராம் சுரத்குமார்

சந்திப்பு - 5

தமிழ்நாடு முற்போக்கு எழுத்தாளர் சங்கத்தின் சார்பில் மிகத் தீவிரமாக இயங்கிய நாட்கள் அவை. இந்தியாவெங்குமிருந்து பெரும் இலக்கிய ஆளுமைகள் சர்வ சாதாரணமாகத் திருவண்ணாமலையில் நாங்கள் நடத்திய முற்றத்திற்கு வந்து கொண்டிருந்தார்கள். வலி தரும் களப் பணிகள் என் மனநிலைகளைச் சிதைத்து எழுத்தை பலிகேட்ட நாட்களும் அதுவே. ஆன்மீகத் தேடல் அப்படி இப்படி என்று எந்த மனச்சாய்வும் என்னிடம் இல்லாத அளவிற்கு மார்க்சீய கொள்கைகளில் ஸ்திரப்பட்டிருந்தேன். அசுரத்தனமான இந்த இயங்குதல் எதன்பொருட்டு என என்னை நானே கேள்வி கேட்டுக் கொள்ளக்கூட நேரமின்றி நிகழ்ந்த அலைச்சல் மிகுந்த நாட்களில் சுரத்குமாரின் அருகாமையும், தோழமையும் எதற்கோ எனக்குத் தேவைப்பட்டன. என் துக்கத்தை இம்மனிதனால் துடைத்தெறிய முடியாது என்பதை அறிந்தும் திரும்பி, திரும்பி அவரிடம் போனேன்.

நாங்கள் நடத்திய தொடர் முற்றத்தின் அன்றைய நிகழ்விற்கு இசைக் கல்லூரியின் முன்னாள் முதல்வர் திருப்பாம்பரம்

சண்முகசுந்தரம் அவர்களை அழைத்திருந்தோம். காலையில் அவர் தங்கியிருந்த அறையில் அவரைச் சந்திப்பதற்காகப் போனேன். தன் மனைவியோடு வந்திருந்தவர் என்னை அழைத்து கதவை மெல்ல சாத்தி,

"தம்பி, எனக்கு முற்றம் கிற்றமெல்லாம் ரெண்டாவதுதான், பகவான் யோகிராம் சுரத்குமாரின் மிகப் பெரிய பக்தன் நான். அவரை இதுவரை பார்த்ததில்லை. உங்களுக்கு அவரை நல்லா தெரியும்னு கேள்விப்பட்டுத்தான் இங்க வந்தேன், என்னையும், என் மனைவியையும் அவர்ட்ட அழைச்சிட்டு போறீங்களா தம்பி?"

என்று கிட்டதட்ட இறைஞ்சும் குரலில் கேட்டார். நான் சற்றுத் தயங்கினேன். என்னை மாதிரியான சாமன்யர்களை விட்டகன்ற அவரின் நிகழ்காலங்கள் என்னைத் தயங்க வைத்தது. சன்னதித் தெருவீட்டில் என்னை அருகிலமர்த்தி என் முதுகில் தட்டி, 'சிகரெட் பிடிக்கிறயா பவா' என்ற குரல் மலைகளுக்கு அப்பால் போய்விட்டதை உணர முடிந்தது. ஆனாலும் திருப்பாம்பரம் சண்முகசுந்தரம் என்ற அந்த ஆக்ருதியின் முன்னால் என் தோல்வியை ஒப்புக் கொள்ள மனமின்றி, "புறப்படுங்க சார் போகலாம்" என்றேன்.

அடுத்த அரை மணி நேரத்தில் நாங்கள் மூவரும் சூரத்குமாரின் அந்த பிரமாண்டமான மணி மண்டபத்திற்கெதிரில் அனுமதிகோரி, பூட்டப்பட்டிருந்த அந்த இரும்பு கேட்டிற்கு முன் நின்றோம். எனக்குச் சன்னதிதெரு வீட்டு எளிமையான இரும்பு கேட் நினைவுக்கு வந்தது. எதுவுமற்று எளிமையாய் இருந்த ஒரு மனிதனை இப்படி நிறுவனமாக்குகிறார்களே என்று பெயர் தெரியாத யார் யார் பேரிலோ கோபம் வந்தது. இதற்குச் சம்மதித்த சுரத்குமார்மீதும் வருத்தம் வந்தது.

திருவண்ணாமலை ரயில்நிலைய ப்ளாட்பாரத்தில் கையில் ஒரு விசிறியோடு பழைய ஹிண்டு பேப்பரைச் சுமந்தபடி பின்தொடரும் ஒரு மனிதனுக்குமுன் நடந்து எதையோ தேடியலைந்த சுரத்குமாரின் பிம்பம் எங்கள் மக்களுக்கு பின்னகன்று போயிருந்த நாட்கள் அவை.

பல கேள்விகளுக்குப்பின் நாங்கள் மூவரும் அம்மண்டபத்திற்குள் அனுமதிக்கப்பட்டோம். செயற்கையான அமைதியும்,பயமும் மேலெழும்பி மண்டப வெளியை நிறைத்துக் கொண்டிருந்தன. ஆயிரத்திற்கும் மேற்பட்ட மக்கள் அம்மண்டப உட்புறமெங்கும் நிறைந்திருந்து பஜன் பாடிக்கொண்டு இருந்தார்கள். தூரத்தில் ஆறடி உயரத்தில் எழுப்பப்பட்டிருந்த தன் வெண்கலச் சிலையருகே சுரத்குமார் உட்கார்ந்திருந்தது பெரும் முரணாக இருந்தது. இக்கூட்டத்தைக் கடந்து அவரைச் சமீபித்தல் முடியாதது என்பதை உணர முடிந்தது. ஒரு பழைய நண்பனின் வருகையை தூரம் மறைத்தது. நான் சொல்ல முடியாத ஒரு பதட்டத்திலிருந்தேன்.

பஜன் பாடல்கள் மேலெழுப்பிக் கொண்டே போனது. நான் திருப்பாம்பரம் கையைப் பிடித்திழுத்துக்கொண்டு ஜனக் கூட்டத்திற்கிடையே வழியுண்டாக்கி நடந்தேன். கத்தின சிஷ்யக் குரல்களை உதாசீனப்படுத்தினேன். எங்களைத் தடுக்க நினைத்த அவர்களின் பலத்தை என் வேகம் தடுத்திருக்கலாம். சுரத்குமார் முன் சிறு குழந்தைகளைப் போல் நின்றோம். என்னைக் கவனிக்க மேலெழுந்த அந்த கண்களைக் அவ்விநாடி கவனித்தேன். அதில் ததும்பி நின்ற எங்கள் பழைய நட்பின் ஈரம் படந்திருந்தது. நான் கைப்பிடித்து அழைத்தால் இவை எல்லாவற்றையும் உதறிவிட்டு என்னோடு வெளியேவரத் துடிக்கும் ஒரு எளிய ஆத்மாவை சந்தித்த கணமது.

“எப்படி இருக்க பவா?” என்ற அவர் குரலுக்கு பஜன் நின்றது. மௌனம் அம்மண்டபம் முழுக்க காற்றைப் போலப் பரவி நின்று எங்கள் உரையாடலை நுட்பமாக்கிய தருணமது.

என் பதிலையும் சேர்த்தே உறிஞ்சிவிட்டிருந்தது மௌனம்.

“இவர் யார் பவா? உன் நண்பரா, எழுத்தாளரா?”

“இல்லை, இவர் ஒரு இசைக்கலைஞர், பெயர் திருப்பாம்பரம் சண்முகசுந்தரம், இசைக்கல்லூரியின் முன்னாள் முதல்வர் ”

நான் சொல்லிக் கொண்டிருக்கையிலேயே இடைமறித்து,

“நீ பாடுவியா?” என ஆங்கிலத்தில் கேட்டார்

தோளில் போட்டிருந்த தன் அங்கவஸ்திரத்தைக் கையிலெடுத்து தன் இடுப்பில் கட்டிக் கொண்டிருந்த திருப்பாம்பரம் வேறொரு மனுஷனாய் உருமாறிக் கொண்டிருந்ததை அச்சத்தோடு பார்த்தேன். என் அருகாமை, ஆயிரக்கணக்கான மக்கள், அருகில் தன் மனைவி எதுவும் அக்கலைஞனின் பிரக்ஞையில் இல்லை.

"ஆம் சாமி"

"பாடு"

கைகளை அகல விரித்து பெரும் குரலெடுத்துப் பாட ஆரம்பித்தார் திருப்பாம்பரம். பாடலின் முதல் வரியையோ, அல்லது எந்தப்பாடல் என்பதையோ எடுத்துக் கொடுக்க முயன்ற அவர் மனைவியைத் தள்ளி விட்டார். நாங்கள் எல்லோரும் அப்பாடலுக்கு முன்னால் பெரும் தூசெனக் கருதினார்.

அவ்வரங்கம் பெரும் மௌனத்தில் உறைந்தது. அப்பாடல் மண்டபச் சுவர்களில் மோதி வெளியேற வழியற்று அதற்குள்ளேயே சுழன்றடித்தது.

எனக்கொரு பேரனுபவம் அது. உட்காருவதா, நிற்பதா? இங்கு என் பங்கென்ன? என்றெல்லாம் புரியாமல் வெள்ளித் தேர் பார்க்க வந்து அப்பா அம்மாவைத் தவறவிட்ட குக்கிராமத்துப் பையன் மாதிரி திகைத்துக் கொண்டிருந்தேன்.

பிரளயம் ஓய்ந்து, அலை மெல்ல அடங்கியது. எல்லோரும் சமநிலையை அடைய முயன்று கொண்டிருந்தார்கள். சுரத்குமாரை தரையில் விழுந்து சேவித்த திருப்பாம்பரத்தைத் தோளில் தட்டி "My Father bless you Shanmugam" என்று பலமுறை சொல்லி ஆப்பிள்களை அள்ளி எங்கள் கைகளில் திணித்தார். நாங்கள் மூவரும் இங்குதான் சாப்பிட வேண்டுமென்று வாஞ்சையோடு கேட்டுக் கொண்டார்.

ஒரு பேரனுபவத்திலிருந்து மீண்ட திரும்பாம்பரம் மண்டபத்துக்கு வெளியே வந்ததும் பலபேர் கால்களில் விழுந்து அவரை வணங்கியது ஒரு கலைஞனுக்கான வெற்றியாகவே என்னால் உணரமுடிந்தது.

இச்சம்பவத்திற்குப் பிறகு நான் பிடிவாதமாய் அவரைப் பார்க்க போகாமலிருந்தேன். அல்லது இனி பார்க்க முடியாது என உள்ளூர நம்பினேன்.

ஒரு இலக்கிய நிகழ்வின்போது எங்கள் ஒரே மகன் சிபி எங்கள் கைகளை உதறிவிட்டு எங்கோ ஓடி நிரந்தரமாக ஒளிந்து கொண்டான்.

அவன் கிடைக்கப் போவதில்லையென அறிந்தும் அவனைத் தேடி நானும் ஷைலஜாவும் அலைந்து கொண்டிருந்தபோது சுரத்குமாரின் இப்பெரு மண்டபத்தில் அவனைக் கண்டுபிடித்து விட முடியும் என நம்பி ஒரு நாள் இரவு அங்கும் போனோம்.

எல்லோரையும் போல வாசலில் மறிக்கப்பட்டு விசாரிக்கப்பட்டோம். கேட்டிற்கு வெளியில் நின்ற நூற்றுக்கும் மேலானவர்களிடம் சீட்டு எழுதி வாங்கப்பட்டது. பெயர், ஊர் எதற்காக யோகியைச் சந்திக்க வேண்டும் என்ற அர்த்தமற்ற கேள்விகளுக்கு அர்த்தமற்ற பதில்களைக் கிறுக்கினேன்,

"என் மகனைக் கண்டுபிடிக்க வேண்டும்" என.

நான் எதிர்பார்த்தது போலவே மண்டபத்துக்கு வெளியே மூன்று பிளாஸ்டிக் நாற்காலிகள் கொண்டுவந்து போடப்பட்டது. பச்சைச் சீருடை அணிந்த ஒரு ஆள் கேட்டருகே வந்து பவா - ஷைலஜா யாரு? என்று அலட்சியம் அகன்றிருந்த குரலில் கேட்டான்.

நாங்கள் இருவரும் அழைத்துச் செல்லப்பட்டோம். காலி நாற்காலிகளில் அமரவைக்கப்பட்டோம். முற்றிலும் சிதைந்த மனநிலையில் பேச்சற்று இருந்தோம். சில நொடிகளில் சுரத்குமார் அங்கு வந்தமர்ந்தார். நான் எவ்வளவு பிரயாசைப்பட்டும் அவர் என்னை ஏறெடுக்கவில்லை. நீண்ட நேரம் நீடித்த எங்கள் மௌனத்தை உடைத்து, ஷைலஜாவைப் பார்த்துக் கேட்டார்

"என்னம்மா வேணும் உனக்கு?" •

"என்ன அம்மான்னு கூப்பிட யாருமில்ல. எம்பையன் வேணும் சாமி"

மீண்டும் மௌனம். ஆனால் இது உடன் உடைந்தது.

"உன் பையன் எங்கேயும் போகலையே! A Son will come to call you amma. Dont worry. My Father bless you my Child"

அம்மண்டபத்தின் இருண்ட ஏதாவதொரு மூலையிலிருந்து பவாப்பா அல்லது ஷைலம்மா என்ற உற்சாகக் குரலெடுத்து என் மகன் ஓடிவந்துவிடக் கூடுமென என் மனம் அதிர்ந்தது. தகிக்கும் மனநிலையும், இன்னும் கொஞ்சம் பிசகினால் மீள முடியாததுமான நிலையும் அது. நான் இப்போதும் அவரை ஊடுருவினேன். அவர் என்னைத் தவிர்த்தார். இறைஞ்சும் ஷைலஜாவின் கண்களுக்கு ஆறுதலளிக்க தன் கண்களைப் பணித்தார்.

எதுவும் நடக்கவில்லை.

ஒரு மணி நேரத்திற்குமுன் இருந்த அதே மனநிலையில் திரும்பினோம். ஒரு தைர்யம் வேண்டி ஷைலஜாவின் கரங்களைப் பற்றியிருந்தேன். அல்லது அவள் என் கைகளைப் பற்றியிருந்தாள்.

அவ்வளாகத்தை விட்டகன்று வெகுதூரம் வந்துவிட்ட பிறகும் நீடித்த மௌனத்தைக் கலைக்கக் கேட்டேன்.

''என்ன ஷைலஜா, சுரத்குமாரை சந்தித்தது உனக்கு ஆறுதலளித்ததா?''

"என் சிபி மீண்டும் வரும்வரை எந்த ஆறுதலும் ரத்தம் கசியும் என் மனதின் விளிம்பைக்கூடத் தொடமுடியாது பவா"

இன்று இவரைச் சந்தித்திருக்க வேண்டாமோ என நினைத்தேன். ஆனால் எனக்கு நீண்டநாள் கழித்துக் கிடைத்த என் பழைய நண்பரின் அந்த ஸ்பரிசத்தைப் பத்திரப்படுத்த நினைத்தேன்.

19 டி.எம்.சாரோன்

அந்தச் சின்னக் குடிசையில்
திரி விளக்கினில்
சுட்ட கவிதைகள் எத்தனையோ!
நான்
பட்ட அனுபவமும் கற்பனையோ!

— வையம்பட்டி முத்துச்சாமி

19.டி.எம். சாரோன். இதுதான் என் வீட்டின் முகவரியா என இப்போதும் என்னால் சரியாகச் சொல்லத் தெரியவில்லை. அது புது எண், பழைய எண், C,D என்று என்னென்னவோ மாறுதலுக்குட்பட்ட போதும் என் வீட்டு முகவரி இப்படியேதான் இன்னமும் அடையாளப் படுத்தப்படுகிறது.

ஆனால் இந்த சின்னக் குடிசையில், திரி விளக்கினில் நான் சுட்ட கவிதைகளும், பட்ட அனுபவமும் ஏராளம். ஏசுடையான் என்ற ஒரு ரிட்டையர்டு வாத்தியார், செம்மண்ணையும்,

களிமண்ணையும் இரவெல்லாம் புளிக்கவைத்துக் கட்டிய இதன் மண்சுவர் ஏற்றத்தின் ஒவ்வொரு நொடியும் நான் உடனிருந்திருக்கிறேன். மேற்கூரை எங்கள் ஊர் மலையில் கிடைக்கும் மஞ்சம் புல். செம்மண் சுவரும், அதற்கேற்ற இயற்கையான காம்பினேஷனில் மஞ்சம்புல் கூரையும், அதன் முன் விரிந்த ஒரு முல்லைப்பூ பந்தலும், வீட்டோரத்தில் ஊனப்பட்ட சுரை, பூசணிக் கொடிகள் கூரையெங்கும் படர்ந்து மார்கழியில் அது பூத்த அழகும் வீட்டைச் சுற்றிலுமிருந்த காலியிடத்தில் அம்மா வளர்த்த வான்கோழிகள், புறாக்கள், கினிக் கோழிகள், நாட்டுக் கோழிகள் என ஒரு இயற்கை சார் உலகத்திற்கு நடுவே சிருஷ்டிக்கப்பட்டிருந்தது என் கூரைவீடு.

செவ்வக வடிவத்திலான அம்மண்சுவர் இப்படி பிரிக்கப்பட்டிருந்தது. ஹால் என்றழைக்கப்பட்ட ஒரு நடை, அதன் இடது புறம் சமையலறை. சாணி மெழுகி, கோலம் போட்ட அடுப்பங்கரைக்கருகே அடுக்கி வைக்கப்பட்டிருக்கும் விறகுக்கட்டுகள், சமையலறையின் இன்னொரு திசையில் நாங்கள் உறை என்றழைத்த நெற்குதிர். வீட்டில் அரிசி தீரத்தீர அம்மா என்னை உறைக்குள் இறக்கி நெல் அள்ள வைப்பார்கள். இறங்கும்வரை நீடிக்கும் என் குதூகலம் உள்ளே படர்ந்திருக்கும் இருட்டைப் பார்த்தவுடன் பயந்து அலற வைக்கும். அழுது கூப்பாடு போட்டுத் தெருவைக் கூட்டிய நிகழ்வுகள் உண்டு. வலதுபுறம் ஒரு மரக்கட்டில் போடப்பட்ட படுக்கையறை. சாணி மெழுகின இளம்பச்சைநிறத் தரை அப்பாவுக்குக் கிடைத்த பென்ஷன் அரியரில்தான் சிமெண்ட் தரையாக உருமாறியது.

கார்த்திகை மார்கழியில் மல்லாட்டை மூட்டைகள் வீட்டிற்கு வந்திறங்கும். வீடு முழுக்க பாட்டியும், அம்மாவும் ஈரமண் ஒட்டிக் கிடக்கும் பச்சை மல்லாட்டையைத் துழாவி விடுவார்கள். இரவு பாய்போட்டு அதன் மேலேயே படுத்துறங்கிய இரவுகளில் சுவாசித்த மணம் இன்றளவும் என் வீட்டின் ஏதோ ஒரு சுவர் மூலையில் ஒட்டிக் கிடக்கிறது. கவிஞர் மீராவில் துவங்கி அன்றைய பெரும் தமிழ்க் கலை இலக்கிய ஆளுமைகளும் அப்போது புதிதாய் எழுதத் துவங்கியிருந்த எஸ்.ராமகிருஷ்ணன்,

கோணங்கி, ஜெயமோகன், ச. தமிழ்ச்செல்வன் போன்ற இப்போதைய தமிழ் நவீன இலக்கிய ஆளுமைகளும் படுத்துத் தூங்கி விடிய, விடிய பச்சை மல்லாட்டையை உரித்துத் தின்று, கடுங்காப்பிக் குடித்து, கோழிக்கறித் தின்று கழித்ததெல்லாம் பத்துக்குப்பத்து அளவேயிருந்த அந்தச் சின்ன மண்சுவர் அறையில்தான். எங்கள் எல்லோருக்குமான பெருங்கனவுகளைப் பகிர்ந்துகொள்ள அந்த அறையின் அளவும், வெப்பமுமே அதிகம். ஒவ்வொருவருக்குமுள்ளே தனித்தனியே தகித்த வேட்கை வெவ்வேறானது. அது வகைப்படுத்த முடியாதது.

அகாலத்தில் தட்டப்படும் பூட்டப்படாத கதவுகளைத் திறக்க எப்போதும் தயாராயிருந்த அப்பா, அம்மாவை ஒரு நிமிடம் பெருமிதமாக நினைவுகூற முடிகிறது.

தமிழ்ச்செல்வனிடமும், கோணங்கியிடமும் இன்றும் நீளும் உரையாடல்கள் சர்மிஷ்டா, தாமரி, சாந்தி, ஏசுராணி மகேஷ் என்கிற மகேஷ்வரி என்ற பெயர்களின் ஞாபகப்படுத்தலின்றி நிறைவடைந்ததில்லை.

ஒவ்வொரு காலத்திலேயும் இப்பெண்கள் எங்கள் வீட்டை மேன்மைப்படுத்தி இருக்கிறார்கள். ஒவ்வொரு பெண்ணின் அன்பிலும் நானும் என் நண்பர்களும் கரைந்து போயிருக்கிறோம். 'சுட்டெடுக்கப்பட்ட சுடுதோசையோடு எப்போதும் நின்று கொண்டேயிருக்கும் தாமரியை இப்போதும் மறக்க முடியலைடா' என்று இன்றளவும் தமிழ்ச்செல்வன் சொல்வதும்,

கோணங்கியின் அழுக்கேறிய பயண உடைகளைத் துவைத்துப்போட்ட சாந்தியின் உள்ளங்கையில் தேங்கியிருந்த பிரியத்தையும், குடும்பம் வறுமையில் விழுந்த பொழுதில் எதற்கும் வழியற்றுப்போன ஒரு நாளின் அதிகாலையில் கையில் ஒரு களக்கெட்டோடு கிளம்பி, 'நான் கூலிக்கு போய் உங்களை காப்பாத்தரேண்ணா' என்ற ஏசு ராணியின் முகம் எங்களை ஒட்டு மொத்தமாய்க் கலங்கடித்தது.

ஒரு இரவில் எங்கள் வீட்டிற்குள் புயலென நுழைந்து, தன் உரமேறிய தோளில் மொத்தக் குடும்பத்தையும் தூக்கிச் சுமந்த

மகேஷ் என்ற மகேஷ்வரி இப்போது எங்கிருப்பாள்? மகேஷின் சொந்த கிராமம் புதுப்பாளையம். ஆண்களுக்கானது என வரையறுக்கப்பட்ட அனைத்து விதிமுறைக்குள்ளும் அவள் வீரியத்துடன் பிரவேசித்தாள். பள்ளிக்கூடமும், வசித்த தெருவும், நடந்த பாதையும் அவள் முரட்டுத்தனங்களால் திமிலோகப்பட்டது. மரமேறி தேங்காய் திருடுவது, குத்தகை ஏரியில் குதித்து மீன்களை அள்ளுவது, தன் வயதையொத்த பையன்களோடு கிணற்றில் பொழுதுக்கும் குதித்து, சிவப்பேறிய கண்களோடு வீட்டிற்குத் திரும்புவது, சொந்த வீடு பிடிக்காமல், பிடித்த ஏதாவதொரு திண்ணையில் முடங்குவது. இதுதான் மகேஸ்வரியின் கடந்த காலங்கள் என அவளை அழைத்து வந்த ஜெயஸ்ரீயால் எங்களுக்குச் சொல்லப்பட்டது.

சொல்லப்படாத கதை வெளிகளில் அவள் அடங்காமல் அலைந்துக் கொண்டேயிருந்தாள். எங்கள் வீட்டிற்கான இடமாற்றம் உடம்புக்கு மட்டும்தான். மனதில் எங்கு தொட்டாலும் வெட்டுக் காயங்களின் தழும்புகள். எல்லா குதூகலத்தையும் குலைத்துப் போட்டது, அவளுக்குப் பிடிக்காத ஒருத்தனோடு நடந்த கல்யாணம். அவனோடு படுக்க வேண்டிய ராத்திரிகள் பிடிக்காமல் சுடுகாட்டிற்குப் போய்ப் படுத்திருக்கிறாள். சொந்த ஜனம் தேடியலைந்தது. சுடுகாட்டுப் புதரில் ஒரு இளம் பெண் பதுங்கியிருப்பாள் என்பது அவர்களின் கற்பனைக்கும் அப்பாற்பட்டதாயிருந்தது.

பிறந்தவீடு முற்றிலும் நிராகரித்தபோது மகேஷ் தன் திருமணத்திற்கு முந்தைய அடாவடிப் பகல்களுக்குத் திரும்ப முயன்றாள். சூழல் அவளை வன்மத்தோடு வெளியேற்றியது. சொந்தக்காரர்களின் பார்வையைக் கலங்கடித்து இரண்டு சிகரெட்டுகள் புகையும் உதட்டோடு தெருக்களில் நடந்தது தண்ணிக் கலக்காத குவாட்டர் அடித்துத் திரிந்ததெல்லாம் இக்காலங்களில்தான்.

இனிமேலும் அனுமதிக்க முடியாதென ஊர் நின்றபோதுதான், அந்த ஊரில் டீச்சர் வேலைபார்த்த ஜெயஸ்ரீ, மகேஷை எங்கள் வீட்டிற்குக் கூட்டி வந்தது.

அதன் பிறகான நாட்களில் ஒரு காவல் தெய்வம் மாதிரி எங்களையும், எங்கள் குழந்தைகளையும், குடும்பத்தையும் பாதுகாத்தாள்.

தூக்கம் பிடிக்காத ஒரு நீண்ட இரவின் விடியலில் நான் அந்தச் சின்ன குடிசையின் மண் சுவரை இடித்தேன். அரசு வேலையற்ற என்மீது நம்பிக்கையின்மையின் உச்சத்திலிருந்தார் அப்பா.

இப்போது கல் வீடு கட்டியாகிவிட்டது. சுவர் அழகிற்கு சந்தானராஜ் ஓவியம் மாட்டியாகிவிட்டது. ஆனால் பழைய கூரை வீட்டின் பூட்டப்படாத கதவுகளை மட்டும் அப்படியே பெயர்த்தெடுத்து இதில் பொருத்தியிருக்கிறோம். எந்த அகாலத்திலும் தட்ட தேவையற்று, சுதந்திரமாக நுழைவதற்கான சமிக்ஞை அது.

மாடியில் படுத்துறங்கும் நண்பர்களின் உறக்கத்தை, கையிலேந்தியிருக்கும் காபி டம்ளரோடு, வம்சியோ, மானசியோ கலைக்கிறார்கள். அம்மாவிடமிருந்த அந்த வாஞ்சையை அப்படியே ஷைலஜா சுவீகரித்திருக்கிறாள்.

ஆனாலும் செம்மண் ஒட்டியிருந்த பச்சை மல்லாட்டைக் குவியலுக்கு மேல் படுத்து, ஆல்பர் காம்யு, மார்கோஸ், போர்ஹே என்று ஆரம்பித்து தமிழில் என்ன மாதிரியான அதிர்வுகளை உண்டாக்கலாம் என விவாதித்த நீண்ட இரவுகளும் எங்கள் உரையாடல்களின் முடிவுகளுக்காகக் காத்திருந்த செனக்கெளுத்தி மீன் குழம்பும், வாணலில் கொதித்த எங்கள் வளர்ப்புக் கோழிகளின் தியாகமும் எப்போதும் நினைவுக்கூரத்தக்கவை.